ശാസ്ത്രം ജീവിതം

sasthram jeevitham

•

k k krishnakumar

•

first edition
february 2010

•

second edition
february 2012

•

second impression
january 2021

•

typesetting & published
chintha publishers, thiruvananthapuram

•

cover
alice cheevel

വിതരണം

ദേശാഭിമാനി ബുക്ക് ഹൗസ്

H O തിരുവനന്തപുരം–695 035
www.chinthapublishers.com
chinthapublishers@gmail.com

ബ്രാഞ്ചുകൾ

ഹെഡ്ഡാഫീസ് കുന്നുകുഴി • ഓവർബ്രിഡ്ജ് തിരുവനന്തപുരം • കെ എസ് ആർ ടി സി ബസ് സ്റ്റേഷൻ ആലപ്പുഴ • കെ എസ് ആർ ടി സി ബസ് സ്റ്റേഷൻ എറണാകുളം • ഐ ജി റോഡ് കോഴിക്കോട് • കെ എസ് ആർ ടി സി ബസ് സ്റ്റേഷൻ കോഴിക്കോട് • എൻ ജി ഒ യൂണിയൻ ബിൽഡിങ് കണ്ണൂർ • സെൻട്രൽ ബസ് ടെർമിനൽ കോംപ്ലക്സ് താവക്കര കണ്ണൂർ

CR - 1123 / 2851
ISBN - 978-81-26204-14-4

ശാസ്ത്രം ജീവിതം

കെ കെ കൃഷ്ണകുമാർ

ചിന്ത പബ്ലിഷേഴ്സ്
തിരുവനന്തപുരം-695 035

കെ കെ കൃഷ്ണകുമാർ

കേരള ഭാഷാ ഇൻസ്റ്റിറ്റ്യൂട്ടിൽനിന്ന് അസിസ്റ്റന്റ് ഡയറക്ട റായി റിട്ടയർ ചെയ്തു. കേരള ശാസ്ത്രസാഹിത്യ പരിഷത് പ്രവർത്തകൻ.

ബാലസാഹിത്യകൃതികൾ, പരിഭാഷകൾ എന്നിങ്ങനെ ഇരുപതോളം പുസ്തകങ്ങൾ പ്രസിദ്ധീകരിച്ചിട്ടുണ്ട്. കേരള സമ്പൂർണ സാക്ഷരതാപരിപാടിയുടെ ഡയറക്ടർമാരിൽ ഒരാളായിരുന്നു.

ഭാര്യ   : എം എസ് ഏലിയാമ്മ.
മകൾ   : കെ കെ സീമ
വിലാസം : സീമ, 61- ആനയറ നഗർ
               ആനയറ, തിരുവനന്തപുരം 695 029

ഉള്ളടക്കം

അറിയാൻ കഴിഞ്ഞിട്ടുള്ളവയ്ക്ക് ഒരതിരുണ്ട്.
അറിയാനാവാത്തവയാകട്ടെ അനന്തമായി അവശേഷിക്കുന്നു.
വിവരിക്കാനാവാത്തവിധം അനന്തമായ അലയാഴിത്തുഞ്ചത്തെ
ഒരു കൊച്ചുദ്വീപിലാണ് നാം.
ഓരോ തലമുറയും പരിശ്രമിക്കുന്നത് ഈ മഹാസാഗരത്തിൽനിന്ന്
ഇത്തിരിക്കൂടി കര നികത്തിയെടുക്കാനാണ്.

ടി എച്ച് ഹക്സിലി

1

പാച്ചുമൂപ്പരുടെ കഥകൾ

ഞങ്ങളുടെ നാട്ടിൻപുറത്ത് പാച്ചുമൂപ്പരെ അറിയാത്ത ആരുമില്ല. വയസ്സ് എഴുപത് കഴിഞ്ഞെങ്കിലും ഏതുകാര്യത്തിലും ചെറുപ്പക്കാരെക്കാൾ വലിയ ഉത്സാഹമാണ് മൂപ്പർക്ക്. ഏതു നല്ല കാര്യത്തിനും മുൻപന്തിയിൽ മൂപ്പരുണ്ട്. നാട്ടുകാർക്കെല്ലാം മൂപ്പരെ വലിയ കാര്യമാണ്. നാട്ടിലെ ചെറു പ്പക്കാർ മൂപ്പർക്ക് ഇടയ്ക്കിടെ ഓരോ പുതിയ പേരുസമ്മാനിക്കും. ഇങ്ങനെ കിട്ടിയ പേരുകളിൽ ചിലത് കേട്ടോളൂ. 'ഇലക്ട്രിക് മൂപ്പർ', 'എഞ്ചിൻ മൂപ്പർ', 'ചിത്രപ്പെട്ടി മൂപ്പർ'... ഏറ്റവും ഒടുവിൽ മൂപ്പർക്കു കിട്ടിയിരിക്കുന്ന പേരെന്താ ണെന്നോ 'ഒളിമ്പിമൂപ്പർ'!

മൂപ്പരുടെ ഓരോ പേരിനും പിന്നിൽ ഓരോ കഥയുണ്ട്. ഞങ്ങളുടെ വായനശാലയിൽ ടെലിവിഷൻ വന്നപ്പോഴാണ് മൂപ്പർ 'ചിത്രപ്പെട്ടി മൂപ്പരാ' യത്. ടെലിവിഷൻ എന്നപേര് മൂപ്പർക്കത്ര പിടിച്ചില്ല. അതുകൊണ്ട് മൂപ്പ രതിന് സ്വന്തമായൊരു പേര് കൊടുത്തു. 'ചിത്രപ്പെട്ടി.' നാട്ടുകാർ മൂപ്പരെ 'ചിത്രപ്പെട്ടി മൂപ്പരെ'ന്ന് വിളിക്കാനും തുടങ്ങി. ടെലിവിഷൻ വന്നതിനു ശേഷം എന്നും വൈകുന്നേരമായാൽ മൂപ്പർ വായനശാലയിൽ എത്തും. പരിപാടിയെല്ലാം കഴിയുന്നതുവരെ മൂപ്പർ 'ചിത്രപ്പെട്ടി'യുടെ മുന്നിലു ണ്ടാവും.

ലോസ് ആഞ്ചലസ് ഒളിമ്പിക്സ് തുടങ്ങിയതിനുശേഷം മൂപ്പരുടെ ആവേശം ഇരട്ടിയായി. അമേരിക്കയിലെ 'ഒളിമ്പിപ്പുരം' എന്നാണ് ഒളി മ്പിക്സിനു മൂപ്പർ പറയുന്ന പേര്. ഒളിമ്പിക്സ് മത്സരങ്ങൾ കാണാൻ അർധരാത്രിക്കും പുലർച്ചയ്ക്കുമൊക്കെ മൂപ്പർ ഉറക്കമൊഴിച്ച് ഹാജരാ കും. പി ടി ഉഷയുടെ ഓട്ടത്തിന്റെ ദിവസം നാട്ടുകാരെ മുഴുവൻ വായന ശാലയുടെ മുമ്പിൽ കൂട്ടിയത് മൂപ്പരാണ്. ഉഷയ്ക്കു മെഡലുകിട്ടാതെ വന്നപ്പോൾ മൂപ്പർക്കുണ്ടായ സങ്കടം കുറച്ചൊന്നുമല്ല. ഒടുവിൽ മൂപ്പർ

ആശ്വസിച്ചത് ഇങ്ങനെയാണ്: "എന്നാലും ദിവസേന മുമ്മൂന്ന് കോഴിയെ തട്ടുന്ന മദാമ്മമാരുടെയൊക്കെ ഒപ്പം ഓടി അവള് നാലാമനായില്ലേ? അടുത്ത തവണ സ്കോളില് (സിയൂളാണ് മൂപ്പര് സ്കോളാക്കിയത്) അവള് സ്വര്ണം വാങ്ങുമെടോ..." ഏതായാലും ഒളിമ്പിക്സ് കഴിഞ്ഞതോടെ മൂപ്പര്ക്കൊരു പുതിയ പേരുകിട്ടി: 'ഒളിമ്പി മൂപ്പര്.'

ഞങ്ങളുടെ നാട്ടില് ആദ്യമായി ബസോടിയതിന്റെയും ഇലക്ട്രിസി റ്റിയും റേഡിയോയുമൊക്കെ വന്നതിന്റെയും കഥ അറിയണമെങ്കില് പാച്ചുമൂപ്പരോട് ചോദിച്ചാല് മതി. എല്ലാം കിറുകൃത്യമായി മൂപ്പര്ക്കോര്മ യുണ്ട്. ഇടയ്ക്കൊക്കെ വൈകുന്നേരങ്ങളില് വായനശാലയിലെത്തുന്ന കുട്ടികളോട് മൂപ്പര് ഈ കഥകള് പറയുന്നത് കേള്ക്കാം. "ആദ്യത്തെ ബസേയ്, അത് ഇന്നത്തെപോലെയൊന്നുമായിരുന്നില്ല. മുതലയുടെ തലപോലെ തള്ളിനില്ക്കുന്ന മോന്തയാ അതിനുണ്ടായിരുന്നത്. ആകെ പത്തുപതി നഞ്ചാള്ക്കേ അതില് കേറാന് പറ്റൂ" കുട്ടികള് ആശ്ചര്യത്തോടെ കേട്ടിരിക്കും.

പട്ടാളത്തില് ജോലിയുള്ള ഗോപാലന് നായരാണത്രെ ഞങ്ങളുടെ നാട്ടില് ആദ്യമായി റേഡിയോ കൊണ്ടുവന്നത്. പത്തുമുപ്പതു കൊല്ലം മുമ്പ്. "അക്കാലത്ത് ഇപ്പോഴത്തെ ഈ കുഞ്ഞന് റേഡിയോ ഈ നാട്ടി ലെങ്ങുമില്ല. നാണ്യേമ്മയുടെ മകന് ഗോവിന്ദന്കുട്ടി അക്കരേന്നു വന്നപ്പഴാ ആദ്യായിട്ട് ഒരു കുഞ്ഞന് റേഡിയോ കൊണ്ടുവന്നത്." ട്രാന്സിസ്റ്ററിന് പാച്ചുമൂപ്പര് ഇട്ടിരിക്കുന്ന ഓമനപ്പേരാണ് കുഞ്ഞന് റേഡിയോ.

വെള്ളമടിക്കുന്ന പമ്പുസെറ്റ്, ഉണ്ണിപ്പിണ്ടി വിളക്ക്, എഴുതിക്കാണി ക്കുന്ന വാച്ച്, അരികു ത്തുന്ന എഞ്ചിന്, അ ബുദാബിക്കാരന് അഹ മ്മദിന്റെ വീട്ടിലെ ഐ സുപെട്ടി, പൈപ്പുവെ ള്ളം, എഞ്ചിനീയറ് കു രിയാക്കോസിന്റെ ക ണക്കുയന്ത്രം, രാമപ്പന് മുതലാളീടെ വീട്ടിലെ മണ്ണാത്തിപ്പെട്ടി, ചന്തപ്പ ടിക്കലെ മൃഗാസ്പത്രി, ജപ്പാന് കൃഷി, കണ്ട ത്തിലിടുന്ന ഉപ്പ്, കു ള്ളന് തെങ്ങ്. അങ്ങനെ ഓരോന്നിനെക്കുറിച്ചും എത്രനേരം വേണമെ ങ്കിലും മൂപ്പര് വിവരിക്കും.

ആദ്യത്തെ ടി വി സെറ്റ്

ദുബായീന്നും അബുദാബീന്നുമൊക്കെ ആളുകൾ ലീവിനു വരുന്നു എന്നു കേട്ടാൽ മൂപ്പർക്ക് വലിയ സന്തോഷമാണ്. അവരെ സ്വീകരിക്കാൻ ആദ്യം ഹാജരാകുന്നവരുടെ കൂട്ടത്തിൽ മൂപ്പരുമുണ്ടാകും. അവർ കൊണ്ടു വരുന്ന പുതിയ സാധനങ്ങളൊക്കെ ഒന്നു കാണണം. അത്രേ ഉള്ളൂ മൂപ്പർക്ക് മോഹം.

പാച്ചുമൂപ്പർ അണക്കെട്ടു കാണാൻപോയ കഥ വളരെ പ്രസിദ്ധമാണ്. അഞ്ചുപത്തുകൊല്ലം മുമ്പാണത്രെ അതുണ്ടായത്. ഞങ്ങളുടെ നാട്ടിൽ കനാൽപ്പണി ചെയ്ത കാലം. കനാലിൽക്കൂടി വരുന്ന വെള്ളം പുഴയിൽ നിന്ന് തിരിച്ചുവിടുന്നതായിരിക്കുമെന്നായിരുന്നു മൂപ്പരുടെ ധാരണ. പത്തൻപത് കിലോമീറ്റർ അകലെ പുതുതായി പണിത അണക്കെട്ടിൽ നിന്നാണ് വെള്ളം വരുന്നതെന്ന് ചിലരൊക്കെ പറഞ്ഞു. മൂപ്പർക്ക് അത്തത്ര ബോധ്യ മായില്ല. ഒടുവിൽ ഒരുദിവസം മൂപ്പർ അണക്കെട്ടു കാണാൻ തീരുമാനിച്ചു. കനാലിന്റെ അരികിലൂടെ അഞ്ച് കിലോമീറ്ററോളം നടന്ന് അവിടെനിന്നും ബസിലായിരുന്നു യാത്ര. അണക്കെട്ടു കണ്ടതോടെ മൂപ്പരുടെ സംശയമെല്ലാം തീർന്നു. അന്നു മുഴുവൻ അണക്കെട്ടും അവിടത്തെ ഇലക്ട്രിസിറ്റി ഉണ്ടാ ക്കുന്ന വിദ്യയുമൊക്കെ കണ്ടിട്ടേ മൂപ്പർ മടങ്ങിയുള്ളുവത്രെ...

ഞങ്ങളുടെ നാട്ടിൻപുറത്തെ കാര്യങ്ങളിൽ മാത്രമൊന്നുമല്ല പാച്ചു മൂപ്പർക്ക് താൽപ്പര്യം. മനുഷ്യൻ ചന്ദ്രനിലിറങ്ങിയ കാര്യവും രാകേശ് ശർമ ബഹിരാകാശയാത്ര നടത്തിയ കാര്യവുമൊക്കെ മൂപ്പർ മനസിലാ ക്കിയിട്ടുണ്ട്. മനുഷ്യൻ ചന്ദ്രനിലിറങ്ങിയ കാര്യം ആദ്യമൊന്നും മൂപ്പർക്കത്ര വിശ്വാസമായിരുന്നില്ല. പലവട്ടം പലരോടും ചോദിച്ചു. ഒടുവിൽ ഹൈസ്കൂളിൽ പഠിപ്പിക്കുന്ന രാഘവൻ മാഷ് പലതരം ചിത്രങ്ങളൊക്കെ കാണിച്ച് വിശദമായി പറഞ്ഞുകൊടുത്തപ്പോഴാണ് ബോധ്യമായത്.

രാകേശ് ശർമയുടെ ബഹിരാകാശ യാത്രയുടെ വിവരം പത്രത്തിൽ വായിച്ചതിനുശേഷം വായനശാലയിൽ വച്ച് മൂപ്പരും കണിയാൻ കുഞ്ചുവും തമ്മിൽ ചെറിയൊരു വാക്കുതർക്കം തന്നെ നടന്നു. "നാലഞ്ച് കൊല്ലം കഴിയുമ്പൊ നമ്മുടെ അമ്പലപ്പറമ്പിൽ റോക്കറ്റും വന്നെറങ്ങും." എന്ന് പാച്ചുമൂപ്പർ പറഞ്ഞു. കണിയാന് ഇതൊട്ടും രസിച്ചില്ല. "നിങ്ങൾക്ക് കിറുക്കാ. അതൊന്നും നടക്കാൻ പോകണ കാര്യമല്ല ഹേ!" എന്ന് കുഞ്ചു പരിഹാസസ്വരത്തിൽ പറഞ്ഞു. സ്വതവേ ശാന്തപ്രകൃതക്കാരനായ പാച്ചു മൂപ്പർക്ക് ഇത് സഹിച്ചില്ലെന്നും മൂപ്പർ പൊട്ടിത്തെറിച്ചുവെന്നുമാണ് കേഴ്വിക്കാരിൽ ചിലർ പറയുന്നത്. "നിങ്ങള് അങ്ങനേ പറയൂ... എലട്രിക് വെളക്കു വന്നപ്പൊ നിങ്ങള് പറഞ്ഞതെന്താ? റേഡിയോവിന്റെകത്ത് ഭൂത ത്താനുണ്ടെന്ന് പറഞ്ഞ ആളല്ലെ നിങ്ങള്? ചിത്രപ്പെട്ടി കണ്ടപ്പളും നിങ്ങള് പരിഹാസമല്ലേ പറഞ്ഞത്?" പാച്ചുമൂപ്പർ ദേഷ്യംകൊണ്ട് വിറകൊള്ളുകയാ യിരുന്നുവത്രെ. ഒടുവിൽ ആളുകൾ ഇടപെട്ടാണത്രെ പാച്ചുമൂപ്പരെ സമാ ധാനിപ്പിച്ചത്.

പാച്ചുമൂപ്പരുടെ ആഗ്രഹം നടക്കുമോ എന്നറിയില്ല. ഏതായാലും ഒന്നും നടക്കില്ലെന്ന കണിയാന്റെ പറച്ചിലിന് യാതൊരർഥവുമില്ലെന്ന്

രാകേശ് ശർമ

നമുക്കറിയാം. കണിയാനെപ്പോലുള്ള ആളു കൾ എല്ലാക്കാലത്തുമുണ്ടായിരുന്നു. ഇന്ന് നമുക്കെല്ലാം സുപരിചിതമായ ടെലിഫോൺ പ്രചാരത്തിൽ വരുന്നതിന് പത്തുകൊല്ലം മുമ്പ് ഒരു അമേരിക്കൻ പത്രത്തിന്റെ എഡി റ്റർ എഴുതിയത് ഇപ്രകാരമാണ്: "കമ്പിക ളിൽക്കൂടി ശബ്ദം അയക്കാൻ കഴിയുമെന്ന് ആരു പറഞ്ഞാലും വിവരമുള്ളവർ വിശ്വസി ക്കുകയില്ല എന്നു തീർച്ചയാണ്." അതുപോ ലെ ഒന്നാമത്തെ മോട്ടോർവാഹനം ഓടുന്ന തിനുമുമ്പ് മറ്റൊരു വിദഗ്ധൻ എഴുതി; "കുതിരയില്ലാത്ത വണ്ടിപ്രസ്ഥാനക്കാരുടെ പ്രവർത്തനങ്ങളൊക്കെ തനി മണ്ടത്തരങ്ങ ളാണ്. അതുകൊണ്ടൊന്നും ഒരു ഫലവും ഉണ്ടാകാൻ പോകുന്നില്ല!" പക്ഷേ ഇന്ന് ടെലിഫോണും മോട്ടോർ വാഹനങ്ങളുമൊക്കെ നമുക്ക് സുപരിചിതങ്ങ ളായിത്തീർന്നിരിക്കുന്നു...

*   *   *

ഞങ്ങളുടെ നാട്ടിലെ അമ്പലപ്പറമ്പിൽ റോക്കറ്റ് വന്നിറങ്ങുമെന്ന പാച്ചുമൂപ്പരുടെ പ്രതീക്ഷ ഫലിച്ചാലും ഇല്ലെങ്കിലും ഒരുകാര്യം തീർച്ച യാണ്. നമുക്കൊന്നും ഊഹിക്കാൻപോലും കഴിയാത്ത ഒരുപാടൊരു പാട് നേട്ടങ്ങൾ ഓരോ വർഷം കഴിയുന്തോറും വന്നുകൊണ്ടിരിക്കും...

കഴിഞ്ഞ പത്തൻപതു വർഷങ്ങൾക്കിടയിൽ ഞങ്ങളുടെ നാട്ടിൻപു റത്തുവന്ന മാറ്റങ്ങളാണ് പാച്ചുമൂപ്പരുടെ കഥകളിൽ നാം കേൾക്കുന്നത്. ഇത് ഞങ്ങളുടെ നാടിന്റെ മാത്രം കാര്യമല്ല. നമ്മുടെ രാജ്യത്തെമ്പാടു മുള്ള മിക്കവാറും ഗ്രാമങ്ങളുടെ, അല്ല ഈ ലോകത്തിന്റെ മുഴുവൻ കഥ ഇതുതന്നെയാണ്. ഓരോ സ്ഥലത്തും വന്നിട്ടുള്ള മാറ്റങ്ങൾക്ക് ഏറ്റക്കു റച്ചിലുണ്ടാകുമെന്ന് മാത്രം. ലോകത്തിന്റെ ചില ഭാഗങ്ങളിൽ ഞങ്ങളുടെ നാട്ടിൻപുറത്തു സംഭവിച്ചതിന്റെ നൂറോ ആയിരമോ മടങ്ങ് മാറ്റങ്ങൾ വന്നിട്ടുണ്ട്. ചിലേടത്ത് ഇത്രയും മാറ്റങ്ങളുണ്ടായിട്ടില്ല...

പാച്ചുമൂപ്പർ ആവേശപൂർവം വിവരിക്കുന്ന നേട്ടങ്ങളുടെയെല്ലാം പിന്നിൽ പ്രവർത്തിക്കുന്നതെന്താണ്? നമുക്കെല്ലാമറിയാം. അതാണ് ശാസ്ത്രം... ശാസ്ത്രം നമ്മുടെ ജീവിതത്തെ ആകെ മാറ്റിമറിച്ചുകൊണ്ടിരി ക്കുകയാണ്. ജീവിതത്തിൽ അതിന്റെ സ്വാധീനം കാണാത്ത ഒരൊറ്റ രംഗം പോലുമില്ല. ഇലക്ട്രിസിറ്റിയും റേഡിയോയും പൈപ്പുവെള്ളവും രാസവള ങ്ങളും കുത്തിവയ്പുമൊക്കെ നമുക്ക് ചിരപരിചിതങ്ങളായ കാര്യങ്ങളാ യതുകൊണ്ട് നമുക്കവയുടെ പ്രാധാന്യം മനസിലായെന്നുവരില്ല. ഇതൊ ന്നുമില്ലാതിരുന്ന ഒരു കാലത്തെക്കുറിച്ചറിയുമ്പോഴാണ് നാം അന്തം വിട്ടുപോവുക.

പ്രസിദ്ധ ശാസ്ത്രലേഖകനായ റിച്ചികാൽഡർ എഴുതിയ *ശാസ്ത്രം*

ആദ്യത്തെ മോട്ടോർ വാഹനം

നിത്യ ജീവിതത്തിൽ എന്നൊരു ഗ്രന്ഥമുണ്ട്. അതിൽ ഒരുഭാഗത്ത് അദ്ദേഹം ആധുനിക റിപ്പ്‌വാൻവിൻകിൽ എന്നൊരു കഥാപാത്രത്തെക്കു റിച്ച് പറയുന്നുണ്ട്. ഈ വിദ്വാൻ നൂറുകൊല്ലം മുമ്പ് വീര്യമുള്ള ഏതോ മരുന്ന് കഴിച്ച് ഉറങ്ങാൻ കിടന്നു. ഒടുവിൽ വർഷങ്ങൾ കടന്നുപോയ തൊന്നുമറിയാതെ ഇഷ്ടൻ കണ്ണുതുറക്കുന്നു. നൂറു കൊല്ലങ്ങൾക്കു ശേഷം! അപ്പോൾ അയാൾ കാണുന്ന കാഴ്ചകൾ എന്തെല്ലാമായിരിക്കും?

താൻ ഉറങ്ങാൻ കിടന്ന കാലത്തെ ലോകം ആകെ മാറിമറിഞ്ഞിരി ക്കുന്നു. പരിചയമില്ലാത്ത കാഴ്ചകൾ. പരിചയമില്ലാത്ത ശബ്ദങ്ങൾ, പരി ചയമില്ലാത്ത ഗന്ധങ്ങൾ, നിറങ്ങൾ, വസ്തുക്കൾ, താൻ കിടക്കുന്ന മുറി യിൽ കറങ്ങിക്കൊണ്ടിരിക്കുന്ന ഫാൻ കണ്ട് അയാൾ പേടിച്ചുനിലവിളി ക്കുന്നു. അത് എന്തോ ഭീകരജന്തുവാണെന്നയാൾ കരുതിക്കാണും. ഇല ക്ട്രിക് വിളക്കുകൾ കണ്ടപ്പോൾ പാവം പേടിച്ച് കണ്ണുകൾ ഇറുക്കിയട ച്ചു. കണ്ണുതുറന്ന് വീണ്ടും മുറിക്കകത്ത് കണ്ണോടിച്ചപ്പോൾ പാവം റിപ്പ് പരിഭ്രാന്തനായി. അപ്പോൾ മുറിക് പുറത്തു കടന്നാൽ അയാളുടെ സ്ഥിതിയെന്താകും. അയാൾ ജനലിലൂടെ പേടിച്ചു പേടിച്ച് പുറത്തേക്കു നോക്കി. അയ്യോ! താൻ കണ്ടിട്ടുള്ള ഏറ്റവും വലിയ മരത്തിന്റെ ഇരുപ തിരട്ടി പൊക്കമുള്ള കെട്ടിടങ്ങൾ. റോഡിൽ ഒരൊറ്റ കുതിരവണ്ടിപോലു മില്ല. പകരം ചീറിപ്പായുന്ന പലതരം 'ജീവി'കൾ. റോഡിന്റെ മറുപുറത്ത് പനപോലെ ഉയർന്നുനിൽക്കുന്ന കുഴലും അതിലൂടെ പുറത്തേക്കൊഴു

കുന്ന പുകയും കണ്ടിട്ട് നമ്മുടെ റിപ്പിന് ഒരു ചുക്കും മനസിലായില്ല... അമ്പരപ്പു തന്നെ അമ്പരപ്പ്! ജനങ്ങളുടെ വസ്ത്രധാരണവും അവർ കഴി ക്കുന്ന സാധനങ്ങളുമൊക്കെ കണ്ട് റിപ്പ് വീണ്ടും ഭയന്നു. റിപ്പ് ഉറങ്ങാൻ കിടന്നകാലത്ത് നൈലോണോ മറ്റ് കൃത്രിമ തുണിത്തരങ്ങളോ ഇല്ല. കണ്ണഞ്ചിക്കുന്ന കൃത്രിമ നിറങ്ങളില്ല. ഐസ്ക്രീമില്ല, ഐസുപെട്ടിയില്ല. റിപ്പിന്റെ അമ്പരപ്പുകണ്ട് ആരോ ഫോൺ ചെയ്ത് ഡോക്ടറെ വരുത്തി. ഫോൺ എന്ന സാധനം കണ്ടപ്പോൾ നാഡിമിടിപ്പ് കൂടി. ഡോക്ടറുടെ കയ്യിലെ കുഴലും സിറിഞ്ചും മരുന്നുകളും കണ്ട് ആ പാവം കൊച്ചുകു ഞ്ഞുങ്ങളെപ്പോലെ തേങ്ങിക്കരഞ്ഞു... റിപ്പിന്റെ അമ്പരപ്പിന്റെ കഥ അങ്ങനെ നീളുന്നു. ഒടുവിൽ റിപ്പ് ആശുപത്രിയിലെത്തി. അവിടെ, എക് സ്റേ, ഇ സി ജി, ഇ ഇ ജി എന്നിങ്ങനെ പലവിധ ഉപകരണങ്ങൾവച്ചുള്ള പരിശോധനയ്ക്കും രക്തഗ്രൂപ്പ് നിർണയത്തിനുമൊക്കെ ഇടയിൽ ആ പാവം മരണമടയുന്നതോടെയാണ് കഥ തീരുന്നത്.

സങ്കൽപ്പകഥയാണെങ്കിലും കഴിഞ്ഞ നൂറു വർഷങ്ങൾക്കിടയിൽ നമ്മുടെ സമൂഹത്തിൽ ഉണ്ടായിട്ടുള്ള അത്ഭുതാവഹമായ പുരോഗതി യുടെ ഏകദേശരൂപം ലഭിക്കാൻ ഇത് സഹായകമാവും. കഴിഞ്ഞ നൂറ് വർഷങ്ങൾക്കിടയിൽ ശാസ്ത്രരംഗത്തുണ്ടായിട്ടുള്ള പുരോഗതി, അതിനു മുൻപത്തെ അഞ്ചുലക്ഷം വർഷങ്ങളിലുണ്ടായിട്ടുള്ള മൊത്തം പുരോഗതി യെക്കാൾ എത്രയോ മടങ്ങ് കൂടുതലായിരുന്നു. ശാസ്ത്രരംഗത്ത് പണി യെടുക്കുന്നവരുടെ എണ്ണത്തിന്റെ കാര്യം അതിനേക്കാൾ അത്ഭുതകരമാണ്! മാനവരാശിയുടെ ആരംഭം മുതൽ ഇന്നുവരെ ഉണ്ടായിട്ടുള്ള ആകെ ശാസ്ത്രജ്ഞന്മാരിൽ 90 ശതമാനവും ഇന്ന് ജീവിച്ചിരിക്കുന്നുണ്ടത്രെ! അതായത് മനുഷ്യസമൂഹത്തിന്റെ ആരംഭം മുതൽ നൂറുവർഷം മുമ്പുവരെ ഉണ്ടായിട്ടുള്ള ശാസ്ത്രജ്ഞന്മാരുടെ എണ്ണം വളരെ നിസ്സാരമായിരുന്നു എന്ന്!

ശാസ്ത്രപുരോഗതി നമ്മുടെ ജീവിതത്തിലുണ്ടാക്കിയ മാറ്റങ്ങൾ പറ ഞ്ഞാലും പറഞ്ഞാലും തീരില്ല. ചില ഉദാഹരണങ്ങൾ നോക്കൂ.

അമേരിക്കയിലെ ഏറ്റവും മഹാനായ പ്രസിഡന്റ് എന്നു വാഴ്ത്ത പ്പെടുന്ന എബ്രഹാം ലിങ്കന്റെ മരണവാർത്ത ലോകം അറിഞ്ഞത് അനേക ദിവസങ്ങൾക്കുശേഷമാണ്. പ്രാവുകളാണത്രെ ആ വാർത്ത ഇംഗ്ലണ്ടിലെത്തിച്ചത്! ഇന്നോ, ഇന്ന് ലോസ് ആഞ്ചലസിൽ നടക്കുന്ന ഒളിമ്പിക് മത്സരങ്ങൾ, അവ നടക്കുന്ന സമയത്തുതന്നെ നാം തിരുവന ന്തപുരത്തോ മലപ്പുറത്തോ എറണാകുളത്തോ ഒക്കെയിരുന്ന് നേരിട്ടു കാണുന്നു. അകലം ഇന്നൊരു പ്രശ്നമേ അല്ലാതായിരിക്കുന്നു. ന്യൂയോർക്കും മോസ്കോയും ബെയ്ജിങ്ങുമൊക്കെ ഒരർഥത്തിൽ ഇന്ന് നമ്മുടെ അയൽപക്കങ്ങളാണ്. അയൽപക്കത്തെ ചേച്ചി പ്രസവിച്ച വിവരം അറിയുന്ന വേഗത്തിലാണ് എത്രയോ കിലോമീറ്ററുകൾക്കകലെ യുള്ള നാടുകളിലെ സംഭവങ്ങൾ നാം അറിയുന്നത്. ലോകം ഒരു ചെറു നാരങ്ങയോളമോ ഒരു കൊച്ചുഗ്രാമത്തോളമോ ചുരങ്ങിച്ചെറുതായിരി ക്കുന്നു എന്നൊക്കെ പറയുന്നതിന്റെ അർഥമിതാണ്. ലോകത്തിന്റെ

എബ്രഹാം ലിങ്കൻ

മുക്കിലും മൂലയിലുമൊക്കെ നട ക്കുന്ന കാര്യങ്ങൾ റേഡിയോയും പത്രങ്ങളും അന്നും പിറ്റേന്നുമായി നമുക്കെത്തിച്ചുതരുന്നു.

ആധുനിക മനുഷ്യന്റെ സഞ്ചാരവേഗത എത്ര അത്ഭുതമാ ണെന്ന് ആലോചിച്ചുനോക്കൂ. തീവ ണ്ടിയിലോ ബസിലോ തിരുവനന്ത പുരത്തുനിന്ന് കണ്ണൂരെത്തുന്നതി നുവേണ്ട സമയംകൊണ്ട്, ദൽഹി യിൽനിന്നോ ബോംബെയിൽനി ന്നോ ന്യൂയോർക്കിലോ ടോക്യോ വിലോ എത്താം. ദൽഹിയിൽ പ്രാ തലും ലണ്ടനിൽ ഉച്ചഭക്ഷണവും കഴിച്ച് വൈകുന്നേരത്തെ കാപ്പിക്ക് ന്യൂയോർക്കിലെത്തുന്ന മനുഷ്യ രുടെ കാലമാണ് ഇത്! മണിക്കൂ റിൽ അനേകം കിലോമീറ്റർ വേഗ

ത്തിൽ സഞ്ചരിക്കുന്ന വിമാനങ്ങളെപ്പോലും നിഷ്പ്രഭമാക്കുന്ന റോക്ക റ്റുകളും സ്പെയ്സ് ഷട്ടിലുകളും ഇരമ്പിപ്പായാൻ തുടങ്ങിയിരിക്കുന്ന യുഗമാണ് നമ്മുടേത്. ഇന്ന് നാം കോഴിക്കോട്ടേക്കോ എറണാകുള ത്തേക്കോ പോകുന്നതുപോലെ മനുഷ്യൻ ചന്ദ്രനിലേക്കും ചൊവ്വയിലേ ക്കുമൊക്കെ വിരുന്നുപോകുന്ന കാലം വിദൂരത്തല്ല.

വേഗത്തിന്റെയും ആശയവിനിമയത്തിന്റെയും മാത്രം കാര്യത്തിലല്ല പുരോഗതിയുണ്ടായിട്ടുള്ളത്. കൃഷിയിലും വ്യവസായത്തിലും ആരോ ഗ്യത്തിലും എന്തിന് അടുക്കളയിൽവരെ വമ്പിച്ച മാറ്റങ്ങൾ വന്നിട്ടുണ്ട്. പുതിയ വിത്തിനങ്ങളും രാസവളങ്ങളും ജലസേചന സൗകര്യങ്ങളുമൊ ക്കെച്ചേർന്ന് കാർഷികരംഗത്ത് ഒരു മഹാവിപ്ലവം സൃഷ്ടിച്ചിരിക്കു ന്നു.പുതിയ പുതിയ യന്ത്രങ്ങളും പ്രക്രിയകളും പദാർഥങ്ങളും കമ്പ്യൂ ട്ടർ പോലുള്ള ഉപാധികളും ചേർന്ന് വ്യവസായരംഗത്ത് വരുത്തിയ മാറ്റ ങ്ങൾ പറയാനുമില്ല. രോഗങ്ങളെയും രോഗപ്രതിരോധത്തെയും കുറി ച്ചുള്ള അറിവും ആന്റിബയോട്ടിക്കുകൾ പോലെയുള്ള മരുന്നുകളുടെ കണ്ടുപിടുത്തവും ചേർന്ന് മിക്ക രോഗങ്ങളെയും കീഴ്പ്പെടുത്തിയിരിക്കു ന്നു. പണ്ട് മനുഷ്യനെ ഭയപ്പെടുത്തിയിരുന്ന വസൂരിയും മഞ്ഞപ്പനിയും പ്ലേഗുമൊക്കെ പമ്പകടന്നിരിക്കുന്നു. മനുഷ്യായുസ് പലമടങ്ങ് വർധിച്ചി രിക്കുന്നു.

മനുഷ്യന്റെ അറിവ് ഓരോ സെക്കന്റിലും വർധിച്ചുകൊണ്ടിരിക്കു കയാണ്. അനന്തവിശാലമായ പ്രപഞ്ചത്തെക്കുറിച്ചും അതിസൂക്ഷ്മമായ അണുവിനെക്കുറിച്ചും ഇന്നത്തെ ശാസ്ത്രത്തിനറിയാം. ജീവനെക്കുറിച്ചും

ജീവികളെക്കുറിച്ചും കാടിനെക്കുറിച്ചും കടലിനെക്കുറിച്ചും മണ്ണിനെക്കു റിച്ചും കാലാവസ്ഥയെക്കുറിച്ചും എല്ലാമെല്ലാം അവനറിയാം. ഓരോ സെ ക്കന്റിലും പെരുകുന്ന വിജ്ഞാനത്തിന്റെ, ഒരു മഹാ വിജ്ഞാനസ്ഫോ ടനത്തിന്റെ യുഗത്തിലാണ് നാം ജീവിക്കുന്നത്. നൂറുകണക്കിന് പുത്തൻ ശാസ്ത്രശാഖകൾ ഉരുത്തിരിഞ്ഞിരിക്കുന്നു.

ആധുനിക ശാസ്ത്രത്തിന്റെ അന്വേഷണം എവിടേക്കൊക്കെയാണ് നീളുന്നതെന്ന് നോക്കുക. ഒരുവശത്ത് അതിവേഗം സഞ്ചരിക്കുന്ന ബഹി രാകാശ വാഹനങ്ങളും അതിശക്തമായ ടെലസ്കോപ്പുകളും ഉപയോ ഗിച്ച് അവൻ അവന്റെ കണ്ണുകൾ പ്രപഞ്ചത്തിന്റെ അനന്തതകളിലേക്ക് പായിക്കുന്നു. പ്രപഞ്ചത്തിന്റെ ഏതെങ്കിലും കോണിൽ മനുഷ്യനോളമോ അതിൽ കൂടുതലോ വികാസം പ്രാപിച്ച സംസ്കാരങ്ങളുണ്ടോ എന്നറി യാൻ അവൻ കാതോർത്തിരിക്കുന്നു. മറുവശത്ത് പദാർഥങ്ങളുടെയും ജീവന്റെയും ഉള്ളറകളെക്കുറിച്ചുള്ള അന്വേഷണം ഭൗതികശാസ്ത്രജ്ഞ ന്മാരും ജീവശാസ്ത്രജ്ഞന്മാരും തിരുതകൃതിയായി നടത്തുകയാണ്. അണുവിനുള്ളിലെ അതിസൂക്ഷ്മകണികകളെക്കുറിച്ചുള്ള പഠനത്തി ലാണ് ഭൗതികശാസ്ത്രത്തിന്റെ ശ്രദ്ധ. ജീവശാസ്ത്രജ്ഞന്മാരാണെങ്കിൽ മനുഷ്യശരീരത്തിലെ അതിസൂക്ഷ്മങ്ങളായ ജീനുകളെ നിയന്ത്രിക്കാനും അങ്ങനെ മഹാത്ഭുതങ്ങൾ സൃഷ്ടിക്കാനുമുള്ള ശ്രമത്തിലാണ്. രസ തന്ത്രം പുതിയ രാസപദാർഥങ്ങൾക്ക് വേണ്ടിയുള്ള അന്വേഷണം തുട രുകയാണ്. 1984 ആയപ്പോഴേക്കും മനുഷ്യന് വേർതിരിച്ചറിയാവുന്ന രാസ പദാർഥങ്ങളുടെ എണ്ണം 60 ലക്ഷത്തിൽ കവിഞ്ഞിരിക്കുന്നു! ആരോഗ്യ ശാസ്ത്രം ഇതുവരെയും മനുഷ്യന് കീഴടങ്ങാത്ത ക്യാൻസർ പോലുള്ള രോഗങ്ങളെ മെരുക്കാനും ശരീരാവയവങ്ങൾ യന്ത്രങ്ങളുടെ 'സ്പെയർ പാർട്ടുകൾ' എന്നപോലെ മാറ്റിവയ്ക്കാനുമുള്ള യത്നത്തിലാണ്.

ഇലക്ട്രോണിക്സും കമ്പ്യൂട്ടറും ചേർന്ന് സാങ്കേതിക ശാസ്ത്രരം ഗത്ത് നവചൈതന്യം പകരുന്ന തിരക്കിലാണ്. മനുഷ്യചരിത്രത്തെക്കു റിച്ച് കൂടുതൽ വിവരങ്ങൾ തേടിയുള്ള അന്വേഷണവും മനുഷ്യമനു സിന്റെ സങ്കീർണതകളിലേക്കുള്ള പ്രയാണവും തുടരുന്നു. ശാസ്ത്ര ത്തിന്റെ കണ്ണുകൾ ചെന്നെത്താത്ത ഒരിടവുമില്ല. ചുരുക്കത്തിൽ എന്തൊ രു അത്ഭുതകരമായ കാലഘട്ടം!

*   *   *

മാനവരാശിയുടെ ചരിത്രത്തിലെ ഏറ്റവും മഹത്തരമായ കാലഘട്ട ത്തിലാണ് നാം ജീവിക്കുന്നത്! പ്രമുഖ ബഹിരാകാശ ശാസ്ത്രജ്ഞനും എഴുത്തുകാരനുമായ കാൾ സാഗാൻ നമ്മുടെ കാലഘട്ടത്തെക്കുറിച്ചു പറയുന്നത് കേൾക്കൂ...

അത്യന്തം ആവേശകരവും അത്ഭുതകരവുമായ ഒരു കാലഘട്ട ത്തിലാണ് നാം ജീവിക്കുന്നത്. അടിസ്ഥാനപരമായ അനേകം പ്രശ്നങ്ങളെക്കുറിച്ച് പണ്ടുണ്ടായിരുന്ന തികഞ്ഞ അജ്ഞതയിൽ

നിന്ന് അറിവിലേക്കുള്ള പരിവർത്തനത്തിന്റെ അപൂർവസുന്ദരമായ ഘട്ടം. നമ്മുടെ ഗ്രഹത്തിൽ ജീവനുണ്ടായിട്ട് 400 കോടി വർഷവും മാനവരാശി ആവിർഭവിച്ചിട്ട് 40 ലക്ഷം വർഷവും കഴിഞ്ഞു. സുദീർ ഘമായ ഈ കാലഘട്ടത്തിനിടയിൽ അസുലഭമായ പരിവർത്തന മുഹൂർത്തത്തിന്റെ ആവേശമനുഭവിക്കാൻ ഭാഗ്യം സിദ്ധിച്ച ഒരേ ഒരു തലമുറ മാത്രമേയുള്ളൂ. അതാണ് നമ്മുടെ തലമുറ...

അതെ. കമ്പ്യൂട്ടറിന്റെയും ഇലക്ട്രോണിക്സിന്റെയും യുഗം. ജീവന്റെ മഹാരഹസ്യങ്ങളിലേക്കും പ്രപഞ്ചത്തിന്റെ അങ്ങേക്കരകളി ലേക്കും മനുഷ്യൻ ഊളിയിട്ടു സഞ്ചരിക്കുന്ന കാലഘട്ടം!

മാനവരാശിയെ എക്കാലവും അമ്പരപ്പിച്ചുപോന്നിട്ടുള്ള അനേകമ നേകം ചോദ്യങ്ങൾക്കുള്ള ഉത്തരങ്ങൾ നമുക്ക് എത്തിപ്പിടിക്കാവുന്ന അക ലങ്ങളിലാണിന്ന്. സാഗാൻ തുടരുന്നത് കേൾക്കൂ:

മനുഷ്യസമൂഹം സ്വയം നശിപ്പിക്കുന്നില്ലെങ്കിൽ നമ്മിൽ മിക്കവ രുടെയും ജീവിതകാലത്തുതന്നെ ആ ഉത്തരങ്ങൾ നമുക്കു ലഭി ക്കും. അൻപത് വർഷങ്ങൾക്ക് മുൻപാണ് നാം ജനിച്ചിരുന്നതെ ങ്കിൽ ഇതേ പ്രശ്നങ്ങളെക്കുറിച്ച് അത്ഭുതപ്പെടാനും അമ്പരക്കാ നുമല്ലാതെ മറ്റൊന്നിനും നമുക്ക് കഴിയുമായിരുന്നില്ല. അൻപതു വർഷങ്ങൾക്കുശേഷമാണ് നാം ജനിച്ചിരുന്നതെങ്കിലോ എങ്കിൽ ഇന്ന് നാം ചോദിക്കുന്ന ചോദ്യങ്ങൾക്കൊന്നും യാതൊരു പ്രസ ക്തിയുമുണ്ടാവില്ല. കാരണം അവയ്ക്കുള്ള ഉത്തരങ്ങൾ നമുക്ക്

സാങ്കേതിക രംഗത്തെ മുന്നേറ്റം സൂചിപ്പിക്കുന്ന ഒരു പെയിന്റിങ്

സുപരിചിതങ്ങളായിരിക്കും (ഭൂമി ഉരുണ്ടിട്ടാണോ എന്ന് ആരെ ങ്കിലും ചോദിക്കാറുണ്ടോ, അതുപോലെ). നമുക്കുപിന്നിൽ വരുന്ന തലമുറകൾക്ക് ഇന്നു നാം ചോദിക്കുന്ന പല ചോദ്യങ്ങളും ചോദി ക്കാനേ അവസരമുണ്ടാവില്ല...

ഈ കാലഘട്ടത്തിൽ ജീവിക്കാൻ കഴിഞ്ഞ നമ്മൾ മഹാ ഭാഗ്യവാ ന്മാരാണ്...

പക്ഷേ?

എന്താണ് പക്ഷേ?

കാൾ സാഗാന്റെ ആദ്യത്തെ വാചകമൊന്നു നോക്കൂ...

മാനവരാശി സ്വയം നശിപ്പിക്കുന്നില്ല എങ്കിൽ...

നമ്മുടെ കാലഘട്ടത്തിന്റെ മാഹാത്മ്യത്തെക്കുറിച്ച് ആവേശപൂർവം പറയുന്നതിനിടയിൽ അദ്ദേഹമെന്തേ അങ്ങനെ പറയാൻ?

എവിടെയോ പന്തികേടുണ്ടല്ലോ?

എവിടെ? എന്തുകൊണ്ട്?

ഇന്നത്തെ സമൂഹത്തിൽ ശാസ്ത്രം വിലമതിക്കപ്പെടുന്നത് അതിന് സ്വകാ
ര്യസമ്പത്തിനും നാശം വിതയ്ക്കുന്ന ആയുധങ്ങൾക്കും വേണ്ടി എന്തു
ചെയ്യാനാവും എന്നതിന്റെ അടിസ്ഥാനത്തിലാണ്. ഈ ധാരണ സമൂഹ
ത്തിലുണ്ടാക്കുന്ന മടുപ്പും വികലവാസനകളുമാണ് ശാസ്ത്രത്തിന്റെ
ഏറ്റവും വലിയ ദുരന്തം

ജെ ഡി ബർണൽ

2

ചിത്രപ്പെട്ടിയും അത്താഴവും

ഒരു വൈകുന്നേരത്ത് പാച്ചുമൂപ്പര് വായനശാലയിലെ ചിത്രപ്പെട്ടിക്കു മുന്നിലിരുന്ന് കാര്യമായി ഏതോ പരിപാടി കണ്ടുകൊണ്ടിരിക്കുമ്പോഴാണ്, അമ്മാളുവമ്മയുടെ വരവ്. ആൾക്കൂട്ടത്തിനിടയിൽ കണ്ണുകൊണ്ടൊന്നു പരതിയതിനുശേഷം അമ്മാളുവമ്മ പാച്ചുമൂപ്പരിരിക്കുന്നിടത്തേക്കു ചെന്നു. എന്നിട്ട് ചെവിയിൽ മന്ത്രിച്ചു. "ദേയ് ഒന്നിങ്ങോട്ടു വന്നേയ്." മൂപ്പർക്ക് ചിത്രപ്പെട്ടിയുടെ മുന്നിൽനിന്ന് എണീക്കാൻ മനസുവന്നില്ല. ഒടു വിൽ മനസില്ലാമനസോടെ എഴുന്നേറ്റ് പുറത്തേക്ക് നടന്നു... "ഉം?" അമ്മാ ളുവമ്മയെ അൽപ്പം ദേഷ്യത്തിലൊന്നു നോക്കിയിട്ട് മൂപ്പർ ചോദ്യഭാവ ത്തിൽ ഒന്നുമൂളി.

"പിന്നേയ്, നിങ്ങളിങ്ങനെ ചിത്രം കണ്ടോണ്ടിരുന്നാലേയ് ഇന്ന് അരി വയ്ക്കണ്ടേ?"

കാര്യം പന്തിയല്ലെന്ന് പാച്ചുമൂപ്പർക്കു പിടികിട്ടി. കടക്കാരൻ അരി കടംകൊടുക്കില്ലാ എന്നു പറഞ്ഞുകാണും. പട്ടാളത്തിലുള്ള മൂത്തമകൻ ബാലന്റെ മണിയോർഡർ കിട്ടീട്ട് കഴിഞ്ഞമാസത്തെ പറ്റുതീർക്കാമെന്നു പറഞ്ഞിട്ട് രണ്ടാഴ്ച കഴിഞ്ഞു. ഇന്നും പോസ്റ്റുമാൻ വെറുതെ ചിരിച്ചതേ യുള്ളൂ.

"അമ്മാളു നടന്നോ ആര്ടടുത്തുന്നെങ്കിലും പത്തുറുപ്പിക കടം വാങ്ങി അരിയുമായി ഞാൻ വരാം..."

'തലവിധി' എന്നു പിറുപിറുത്ത് അമ്മാളുവമ്മ വരമ്പിലൂടെ നടന്നു നീങ്ങി.

മൂന്നുനാലുപേരോട് ചോദിച്ച ശേഷമാണ് പാച്ചുമൂപ്പർക്ക് പത്തു രൂപ കിട്ടിയത്. ഏഴരമണിയോടെ അരിയും വാങ്ങി മൂപ്പർ വീട്ടിലേക്കു നടന്നു. വരമ്പുകടന്ന് ഇടവഴിയിലേക്ക് കയറുന്നിടത്താണ് കണിയാന്റെ

വീട്. പാച്ചുമൂപ്പർ അവിടെ എത്തിയപ്പോളുണ്ട് നീലിയും രണ്ട് ചെറിയ കുട്ടികളും. പടി കടന്ന് വഴിയിലേക്കിറങ്ങുന്നു. "എന്താ നീലീ കണിയാനെ കണ്ടോ?" നീലി പരിഭ്രമം തുളുമ്പുന്ന സ്വരത്തിൽ പറയുന്നു. "കണ്ടു മൂപ്പ രെ, ഒരു ചരട് ജപിച്ചു വാങ്ങാൻ വന്നതാ. ഈ പിള്ളാർടെ അച്ഛൻ കെടപ്പാ യിട്ട് ഇന്നേക്ക് ഒരാഴ്ച കഴിഞ്ഞു."

"ആശുപത്രീല് കൊണ്ടുപോയില്ലേ?"

"കൊണ്ടുപോയി മൂപ്പരെ. പത്തുമുപ്പത്തഞ്ച് ഉറുപ്പികടെ മരുന്നു കുറി ച്ചുതന്നു. രണ്ടുമൂന്നു നേരത്തേക്കു വാങ്ങി. പിന്നെ.... പണം വേണ്ടേ?"

പാച്ചുമൂപ്പർ ഒന്നും പറഞ്ഞില്ല. പകുതി ദൂരമെത്തിയപ്പോൾ നീലിയും കുട്ടികളും അവരുടെ കുടിലിലേക്ക് കയറി. കൂട്ടത്തിൽ പാച്ചുമൂപ്പരും. നീലിയുടെ ഭർത്താവ് കണാരൻ തീരെ സുഖമില്ലാതെ കിടപ്പാണ്. പാച്ചു മൂപ്പർ തല തൊട്ടുനോക്കി. "നല്ല പനി. നാളെ ഡോക്കട്ടറെ കാണണം. ഞാൻ രാവിലെ വരാം" എന്നും പറഞ്ഞ് പാച്ചുമൂപ്പർ പടിയിറങ്ങി.

അന്ന് രാത്രി കഞ്ഞികുടിച്ചുകൊണ്ടിരിക്കുമ്പോൾ അമ്മാളുവമ്മയ്ക്ക് ഒരു സംശയം. അവർ പാച്ചുമൂപ്പരോട് ചോദിച്ചു: "അല്ലാ എനിക്കൊരു സംശയം. നമ്മടെ വായനശാലേലെ ചിത്രപ്പെട്ടിയില്ലേ? അതിലേക്ക് ഈ ചിത്രമൊക്കെ അയക്ക്ണത് എവിടന്നാ?"

പാച്ചുമൂപ്പർ ചെറിയൊരു ചിരിയോടെ പറഞ്ഞു: "അത്രേ ഉള്ളോ. അത് പല നാട്ടീന്നും അയക്കും. ദൽഹീന്ന്, അമേരിക്കേന്ന്, പിന്നെ ബിലാ ത്തീന്ന്..."

അമ്മാളുവമ്മ ഒരു നിമിഷനേരത്തെ മൗനത്തിനുശേഷം വീണ്ടും ചോദിച്ചു:

"അല്ല, ഞാൻ ആലോചിക്കുകയാരുന്നേയ്. ഈ പെട്ടീക്കൂടെ ചിത്ര മയക്കണപോലെ ആഴ്ചയിലൊരിക്കൽ നമ്മളെപ്പോലുള്ളോർക്കൊക്കെ മൂന്നാലു ലിറ്റർ അരീം കൂടി അയച്ചുതരാൻ പറ്റോ ആവോ?"

ഇത്തവണ പാച്ചുമൂപ്പർ ചിരിച്ചില്ല. അതിനെന്താ മറുപടി പറയാന്ന് മൂപ്പർക്കറിയില്ലായിരുന്നു.

*   *   *

ഇതും ഞങ്ങളുടെ നാട്ടിൻപുറത്തെ മാത്രം കാര്യമല്ല. നമ്മുടെ നാട്ടിലെ ഭൂരിഭാഗം ഗ്രാമങ്ങളുടെയും സ്ഥിതി ഇതാണ്. ലോകത്തിലെ ഒരുപാടൊരുപാട് രാജ്യങ്ങളുടെയും മനുഷ്യരുടെയും സ്ഥിതിയാണിൽ.

അമ്മാളുവമ്മയുടെ 'വിഡ്ഢിച്ചോദ്യം' കേൾക്കുമ്പൊ നമ്മളിൽ പലർക്കും ചിരിവരുന്നുണ്ടാവും. പക്ഷേ ആലോചിച്ചുനോക്കുമ്പോൾ ആ ചോദ്യത്തിന്റെ ഗൗരവം മനസിലാവും.

നേരത്തെ നമ്മൾ കണ്ടത് അനുനിമിഷം പുരോഗതി പ്രാപിച്ചുകൊ ണ്ടിരിക്കുന്ന ശാസ്ത്രത്തെയാണ്... ഇനി, മറ്റൊരു കാഴ്ച കാണാം.

പട്ടിണിയിലും ദാരിദ്ര്യത്തിലും അന്ധവിശ്വാസങ്ങളിലും കഴിയുന്ന എത്രയെത്ര മനുഷ്യർ. റോക്കറ്റുകളും സ്പെയ്സ്ഷട്ടിലുകളും ഊഹി ക്കാനാവാത്ത വേഗത്തിൽ ബഹിരാകാശത്തേക്കു കുതിക്കുമ്പോൾ,

അവർ അന്നത്തെ അരിവാങ്ങാൻ പത്തുറുപ്പികക്കായി വിഷമിക്കുന്നു. ആരോഗ്യശാസ്ത്രം മഹാത്ഭുതങ്ങൾ സൃഷ്ടിക്കുമ്പോഴും അവർ കണി യാൻ ജപിച്ച നൂലിനുവേണ്ടി കാത്തിരിക്കുന്നു...

ലോകത്താകമാനമുള്ള ജനങ്ങളുടെ എണ്ണം ഇപ്പോൾ ഏതാണ്ട് 450 കോടിയാണ്. ഇതിൽ ഏതാണ്ട് 170 കോടി ജനങ്ങൾക്ക് ഇന്നും കുടി ക്കാനുള്ള ശുദ്ധജലം ലഭിക്കാൻ വഴിയില്ല. ഏകദേശം 120 കോടി ജന ങ്ങൾക്ക് പ്രാഥമികമായ കക്കൂസ് സൗകര്യങ്ങളില്ല. നമ്മുടെ രാജ്യത്തിന്റെ സ്ഥിതിയും ഏറെയൊന്നും വ്യത്യസ്തമല്ല. ഇന്ത്യയിലെ ഭൂരിപക്ഷം ഗ്രാമ ങ്ങളിലും കുടിവെള്ളം കിട്ടാനില്ല.

ഐക്യരാഷ്ട്രസഭയുടെ കണക്കുകളനുസരിച്ച് നാം ജീവിക്കുന്ന 'അത്യത്ഭുതകരമായ' ഈ കാലഘട്ടത്തിലും ലോകത്തിൽ ആകെയുള്ള രാജ്യങ്ങളിലെ 34 എണ്ണത്തിലെ 80 ശതമാനമാളുകളും അക്ഷരാഭ്യാസ മില്ലാത്തവരാണ്. 1983 ലെ സ്ഥിതിയാണിത്. നമ്മുടെ രാജ്യത്തും 60 ശത മാനത്തിലധികംപേർ നിരക്ഷരരാണ്. പിന്നെയുമുണ്ട് കണക്കുകൾ! ലോകത്ത് 32 ദശലക്ഷം തൊഴിലില്ലാത്തവരുണ്ട്. ലോകത്തിലാകമാനം ഏതാണ്ട് നാല് കോടി അന്ധരുണ്ടത്രെ. ഇതിൽ ഭൂരിഭാഗം പേരുടെയും അന്ധതയ്ക്കു കാരണം വിറ്റാമിൻ എയുടെ കുറവാണ്. 50 കോടിയോളം ആളുകൾ പട്ടിണികൊണ്ടും പോഷകാഹാരക്കുറവുകൊണ്ടും കഷ്ടപ്പെ ടുന്നവരാണ്. 1933 ൽ, അഞ്ചുവയസിൽതാഴെ പ്രായമുള്ള രണ്ടരക്കോടി കുട്ടികൾ വയറ്റിളക്കംമൂലം മരണമടയുകയുണ്ടായത്രെ...

കറുത്ത ചിത്രങ്ങൾ ഇനിയും ഒരുപാടുണ്ട് ചുറ്റും.

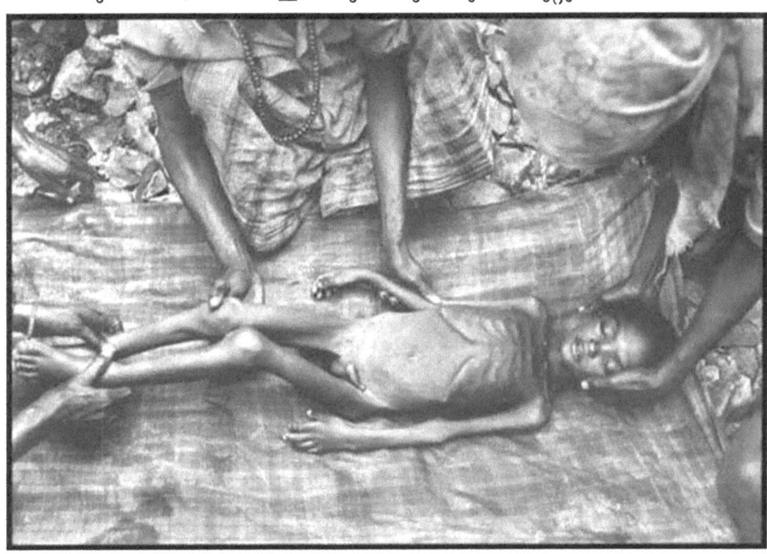

സൊമാലിയയിലെ പട്ടിണി ദുരന്തം

അതാ നോക്കൂ, ആ പടുകൂറ്റൻ ഫാക്ടറികൾ പുറത്തുവിടുന്ന മാര കമായ വിഷദ്രാവകങ്ങളും പുകപടലവും കാണുന്നില്ലേ? അത് നമ്മുടെ ജലാശയങ്ങളിലേക്കും അന്തരീക്ഷത്തിലേക്കും പടരുന്നു. ലക്ഷക്കണ ക്കിനാളുകളുടെ കുടിവെള്ളം വിഷമയമാക്കുന്നു. ജപ്പാനിൽ 'മീനാമാത' എന്നൊരു സ്ഥലത്ത് ഒരു രാസവ്യവസായശാല പുറത്തേക്കുവിട്ട വിഷ പദാർഥങ്ങൾ കലർന്ന വെള്ളത്തിലെ മത്സ്യങ്ങൾ ഭക്ഷിക്കേണ്ടിവന്ന അനേകായിരം പേരെ വിചിത്രമായ ഒരു രോഗം ബാധിച്ചു. വിറച്ചു വിറച്ചു മരിക്കുന്ന ഒരു രോഗം. അതുപോലെ എത്രയെത്ര ഉദാഹരണങ്ങൾ. നമ്മുടെ നാട്ടിലും മലിനീകരണം ഒരു നിത്യ സംഭവമായി മാറിയിരിക്കു ന്നു. ചാലിയാർ, മൂവാറ്റുപുഴ, കല്ലടയാർ എന്നിവിടങ്ങളിലെയൊക്കെ മലി നീകരണത്തെക്കുറിച്ച് കേട്ടിട്ടില്ലേ?

ഇത്രയൊക്കെ അഭിവൃദ്ധി പ്രാപിച്ചിട്ടും മലിനീകരണം ഒഴിവാക്കാൻ ശാസ്ത്രത്തിനു കഴിവില്ലേ? തീർച്ചയായും ഉണ്ട്. പക്ഷേ ഫാക്ടറി നടത്തു ന്നവർക്ക് ആ തരത്തിൽ ശാസ്ത്രം പ്രയോജനപ്പെടുത്തുന്നതിൽ താൽപ്പ ര്യമില്ല. അതവരുടെ ലാഭത്തിന് കുറവുവരുത്തും. വിഷവെള്ളം കുടിച്ചും വിഷവായു ഏറ്റും ജനങ്ങൾ കഷ്ടപ്പെടുന്നത് അവർക്കു പ്രശ്നമല്ല, അവർക്കു വേണ്ടത് ലാഭം. കൂടുതൽ ലാഭം.

ആരോഗ്യരംഗത്തെ കാര്യം നോക്കൂ. ഈ ലോകത്തിലെ മുഴുവൻ മനുഷ്യരുടെയും ആരോഗ്യം മെച്ചപ്പെടുത്താനുള്ള കഴിവ് ശാസ്ത്രത്തി നില്ലേ? ഉണ്ട്. പക്ഷേ എന്നിട്ടും ഇത്രയേറെ പേർ അന്ധരായി കഴിയുന്ന തെന്തുകൊണ്ട്? ഇത്രയേറെപ്പേർ പോഷകാഹാരക്കുറവനുഭവിക്കുന്നതെ ന്തുകൊണ്ട്? അതിനും കാരണം ലാഭക്കൊതിയാണ്. വൈദ്യശാസ്ത്രം ലാഭക്കൊതി മൂത്ത കുറെ മരുന്നുകമ്പനിക്കാരുടെ താളത്തിനൊത്തു തുള്ളുന്നതിന്റെ രഹസ്യം അടുത്തകാലത്ത് പുറത്തുവരികയുണ്ടായി. എത്രയെത്ര അനാവശ്യ മരുന്നുകളും അപകടകരമായ മരുന്നുകളുമാണ് നമ്മുടെ മരുന്നുകടകളിൽ വന്നു നിറയുന്നത്! എന്തിനാണെന്നോ? ലാഭ മുണ്ടാക്കാൻ. പരസ്യങ്ങൾ വഴിയും മറ്റും ജനങ്ങളെ തെറ്റിദ്ധരിപ്പിക്കുക. അവരെക്കൊണ്ട് അനാവശ്യമരുന്നുകൾ വാങ്ങിപ്പിക്കുക. അങ്ങനെ കൂടു തൽ ലാഭമുണ്ടാക്കുക. ഇതാണവരുടെ സൂത്രം.

ഇനി മറ്റൊരുകാര്യം കേൾക്കൂ. പത്രങ്ങളിൽ മിക്കവാറും നമ്മൾ വായിക്കാറുള്ള ഒന്നാണ് വനനശീകരണത്തെക്കുറിച്ചുള്ള വാർത്ത. എവി ടെയൊക്കെ വനങ്ങളുണ്ടോ അവിടെയൊക്കെ വനംകൊള്ള! ഇടുക്കി യിൽ, വയനാട്ടിൽ, നിലമ്പൂരിൽ, ഹിമാലയ പ്രാന്തങ്ങളിൽ ... രാജ്യത്തിന്റെ മൊത്തം വിസ്തൃതിയിൽ 33 ശതമാനമെങ്കിലും കാടുണ്ടാവേണ്ടത് അത്യാവശ്യമാണെന്ന് ശാസ്ത്രജ്ഞന്മാർ പറയുന്നു. പക്ഷേ നമ്മുടെ വനങ്ങൾ അനുനിമിഷം നശിച്ചുകൊണ്ടേയിരിക്കുന്നു. ലോകത്തിന്റെ നാനാഭാഗങ്ങളിലായി ഓരോ വർഷവും 2000 ലക്ഷം ഹെക്ടർ കാടാണ് പലതരത്തിൽ നശിപ്പിക്കപ്പെടുന്നത്. ഇതിന്റെ ഫലമായി മനുഷ്യരാശി ക്കുണ്ടാകുന്ന നാശനഷ്ടങ്ങൾ കുറച്ചൊന്നുമല്ല. വരൾച്ച, മണ്ണൊലിപ്പ്,

വെള്ളപ്പൊക്കം, കൃഷിനാശം, മരുഭൂവൽക്കരണം, അണക്കെട്ടുകൾ മണ്ണടിഞ്ഞ് തീരുന്നതുകൊണ്ടുള്ള നാശനഷ്ടങ്ങൾ. അങ്ങനെ പറഞ്ഞാൽ തീരാത്തത്ര നാശനഷ്ടങ്ങൾ! ഇതിനെല്ലാം കാരണമോ? ശാസ്ത്രം നൽകുന്ന മുന്നറിയിപ്പുകൾ ശ്രദ്ധിക്കാതെ താൽക്കാലിക ലാഭം മാത്രം ലാക്കാക്കി മനുഷ്യൻ നടത്തുന്ന പ്രവർത്തനങ്ങളും!

ഇനി, ഭീകരമായ മറ്റൊരു ചിത്രമുണ്ട്. ശാസ്ത്രത്തെ കൊലയാളി യാക്കി മാറ്റാനുള്ള ശ്രമങ്ങളുടെ ചിത്രം. ഹിരോഷിമയെക്കുറിച്ചും നാഗ സാക്കിയയെക്കുറിച്ചും കേട്ടിട്ടില്ലേ? രണ്ടു ലക്ഷത്തോളമാളുകളാണ് ഹിരോഷിമയിലും നാഗസാക്കിയിലുമായി, അണുബോംബ് വിസ്ഫോട നത്തിൽ മരണമടഞ്ഞത്. മനുഷ്യരെക്കൊല്ലാനുള്ള ഈ പൈശാചിക മായ ആയുധങ്ങളുണ്ടാക്കിയതും ശാസ്ത്രമാണ്!

ഹിരോഷിമയിലും നാഗസാക്കിയിലുമുണ്ടായ ദുരന്തം അതോടെ അവസാനിച്ചുവോ. ഇല്ല. ഇന്നും വൻശക്തികൾ പടുകൂറ്റൻ ബോംബു കളും ആയുധങ്ങളുമുണ്ടാക്കുകയാണ്. ഹിരോഷിമയിലും നാഗസാക്കി യിലും പൊട്ടിച്ച ബോംബുകളെക്കാൾ എത്രയോ മടങ്ങ് കരുത്തുള്ള മഹാ രാക്ഷസന്മാരെയാണ് ഇന്നുണ്ടാക്കുന്നത്. ഹൈഡ്രജൻ ബോംബ്, ന്യൂട്രോൺ ബോംബ്, പൾസ് ബോംബുകൾ രോഗാണുബോംബുകൾ അങ്ങനെ എന്തെല്ലാം തരം ബോംബുകളുണ്ടെന്നോ! ഈ ലോകത്തെ ആകമാനം പലവട്ടം ചുട്ടുകരിക്കാൻ കഴിവുള്ള മഹാഗ്നികുണ്ഡങ്ങളാ

ഹിരോഷിമ –നാഗസാക്കി ദുരന്തം

ണവയോരോന്നും.

പല വൻ രാഷ്ട്രങ്ങളും ആയുധക്കച്ചവടം ലാഭമുണ്ടാക്കുന്നതിനുള്ള ഒന്നാന്തരമൊരു മാർഗമാക്കിയിരിക്കുകയാണ്. ആയുധങ്ങൾ വിറ്റുപോ കണമെങ്കിൽ എന്തുവേണം? അവ ഉപയോഗിക്കാൻ വഴി വേണം. അതിന് യുദ്ധങ്ങളുണ്ടാവണം. അതിനായി അവർ ലോകരാഷ്ട്രങ്ങളെ തമ്മില ടിപ്പിക്കും. യുദ്ധം, യുദ്ധത്തിനായുധം, ആയുധം വിറ്റാൽ ലാഭം.

യുദ്ധത്തിനും ആയുധനിർമാണത്തിനും വേണ്ടി ചെലവഴിക്കുന്ന പണവും മനുഷ്യാധാനവും എത്രയാണെന്നറിയുമ്പോൾ നാം ഞെട്ടി പ്പോകും. നിങ്ങളുടെ ഹൃദയം ഒന്നുമിടിക്കുന്ന നേരംകൊണ്ട് ഈ ലോകത്ത് രണ്ടുലക്ഷം രൂപ യുദ്ധത്തിനായി ചെലവഴിക്കപ്പെടുന്നു!! ഓരോ വർഷവും ഏഴുലക്ഷം കോടി (700000 കോടി) രൂപയാണ് യുദ്ധ ത്തിനും ആയുധനിർമാണത്തിനും വേണ്ടി ചെലവാക്കുന്നത്. ഏഴ് ലക്ഷം കോടി രൂപ.

ഇനിയും ചില കണക്കുകൾകൂടി കേട്ടോളൂ...

ലോകത്തിലെ ഏറ്റവും ദരിദ്രരായ 150 കോടി ജനങ്ങളുടെ മൊത്തം വരുമാനത്തിനു തുല്യമായ തുകയാണ് വർഷംതോറും ആയുധനിർമാ ണത്തിനുവേണ്ടി മാറ്റിവയ്ക്കുന്നത്. പാച്ചുമൂപ്പരെപ്പോലെയും അമ്മാളു വമ്മയെപ്പോലെയും കണാരനെപ്പോലെയും നമ്മെപ്പോലെയുമുള്ള 150 കോടി ജനങ്ങളുടെ മൊത്തവരുമാനം.

ആയുധങ്ങൾ നിർമിക്കാനും അവയെക്കുറിച്ചു ഗവേഷണങ്ങൾ നട ത്താനുമായി നാലുലക്ഷം ശാസ്ത്രജ്ഞന്മാരും എഞ്ചിനീയർമാരും എണ്ണ മറ്റ ടെക്നീഷ്യന്മാരും പണിയെടുക്കുന്നു...

ലോകത്തുനിന്ന് പട്ടിണിയും രോഗവും നിരക്ഷരതയും പൂർണമായി തുടച്ചുനീക്കാൻ ഉപയോഗിക്കേണ്ടുന്ന പണവും അധ്വാനവുമാണ് മനു ഷ്യരെ കൊല്ലാനുള്ള ആയുധങ്ങളുടെ നിർമാണത്തിനായി ചെലവഴിക്കു ന്നത്.

ഈ മരണവ്യാപാരത്തിനുവേണ്ടി ചെലവാക്കുന്ന പണമുണ്ടെങ്കിൽ മറ്റ് എന്തെല്ലാം നല്ലകാര്യങ്ങൾ ചെയ്യാം എന്ന് നോക്കൂ:

*   ലോകത്തുള്ള ആയുധനിർമാണശാലകൾ 17 ദിവസം പ്രവർത്തി ക്കുന്നതിനാവശ്യമായ തുകയുണ്ടെങ്കിൽ, ലോകത്തിലെ മുഴു വൻ ജനങ്ങൾക്കും ശുദ്ധജലമെത്തിക്കാൻ സാധിക്കും. അതു വഴി ഇന്നുള്ള രോഗങ്ങളിൽ 40 ശതമാനവും ഒഴിവാക്കാം.

*   ആഫ്രിക്കയിലും മറ്റു സ്ഥലങ്ങളിലുമായി 30 ലക്ഷം പേർക്ക് വർഷംതോറും മലമ്പനി ബാധിക്കുന്നു. ആഫ്രിക്കയിൽ മാത്രം 10 ലക്ഷം കുട്ടികളാണ് മലമ്പനികൊണ്ട് മരിക്കുന്നത്. ലോക ത്തിലെ ആയുധശാലകൾ അരമണിക്കൂർ നേരം പ്രവർത്തിപ്പി ക്കാൻ വേണ്ട പണം മതി, മലമ്പനിയെ എന്നന്നേക്കുമായി തുര ത്താൻ!

*   F-16 എന്നറിയപ്പെടുന്ന ബോംബർ വിമാനമുണ്ടാക്കാൻ 20 കോടി

രൂപയാണ് ചെലവ്. ഇത്രയും പണമുണ്ടെങ്കിൽ 40000 ഗ്രാമീണ ആശുപത്രികളുണ്ടാക്കാം.

അമേരിക്കയിൽ മാത്രം പ്രതിവർഷം യുദ്ധത്തിനുവേണ്ടി ചെലവാക്കുന്ന തുകയുണ്ടെങ്കിൽ മനുഷ്യരാശിക്ക് താഴെ പറയുന്ന നേട്ടങ്ങൾ കൈവരുത്താം.

- 2 കോടി കിടക്കകളുള്ള 30000 ആശുപത്രികളുണ്ടാക്കാം.
- 40 കോടി ആളുകൾക്ക് തൊഴിൽ നൽകുന്ന 20000 വ്യവസായ ങ്ങൾ തുടങ്ങാം.
- 30 കോടി ജനങ്ങൾക്കായി 6 കോടി വീടുകളുണ്ടാക്കാം.
- 100 കോടി ജനങ്ങൾക്കുവേണ്ട ഭക്ഷ്യധാന്യവും ഉൽപ്പാദിപ്പിക്കാം.

ആശുപത്രികൾക്കും സ്കൂളുകൾക്കും കുടിവെള്ളത്തിനും വീടു കൾക്കും വേണ്ടി ചെലവാക്കേണ്ട പണവും അധ്വാനവും മാനവസമൂഹ ത്തെയാകെ ചുട്ടുചാമ്പലാക്കാൻ പോന്ന ആയുധങ്ങളും പടക്കോപ്പുക ളുമുണ്ടാക്കാനായി ഇന്ന് മാറ്റിവച്ചിരിക്കുകയാണ്.

"മാനവരാശി സ്വയം നശിപ്പിക്കുന്നില്ല എങ്കിൽ..." എന്ന് കാൾ സാഗൻ പറഞ്ഞതിന്റെ പൊരുൾ മനസിലായില്ലേ? എന്തൊരു ഭീകരമായ സ്ഥിതിവിശേഷമാണിതെന്ന് ആലോചിച്ചു നോക്കൂ. ഒരു വശത്ത്, സുഖ സമ്പൂർണമായ ഒരു ഭാവിക്കുവേണ്ടി മനുഷ്യവർഗത്തെ സഹായിക്കാൻ കഴിവും സാധ്യതയുമുള്ള ശാസ്ത്രം. മറുവശത്ത് ചൂഷണത്തിനും യുദ്ധ ത്തിനും കൂട്ടുനിൽക്കുന്ന ശാസ്ത്രം.

ഒരു വശത്ത് ചന്ദ്രനിലേക്കും ശുക്രനിലേക്കും പ്രപഞ്ചത്തിന്റെ അതി രുകളിലേക്കും കുതിക്കുന്ന മനുഷ്യൻ. മറുവശത്ത് എല്ലാം തലവിധി എന്നാശ്വസിച്ചു കഴിയുന്ന കോടിക്കണക്കിനാളുകൾ.

ഒരു വശത്ത് എല്ലാ രോഗങ്ങൾക്കും പ്രതിവിധി കാണാൻ കഴിവുള്ള ശാസ്ത്രം. മറുവശത്ത് പട്ടിണികൊണ്ടും കുടിവെള്ളക്ഷാമം കൊണ്ടും പരിസരമലിനീകരണംകൊണ്ടും വലയുന്ന ജനകോടികൾ...

എന്താണീ ദുരവസ്ഥയ്ക്കു കാരണം?

ഇതു പരിഹരിക്കാനാവില്ലേ?

"ഞാൻ — എനിക്കുതന്നെ അറിഞ്ഞുകൂടാ ഇപ്പോൾ ഞാൻ ആരാണെന്ന്.
ഇന്നു പ്രഭാതത്തിൽ ഉറക്കമുണരുമ്പോൾ ഞാൻ ആരായിരുന്നു എന്നെ
നിക്കറിയാം. പക്ഷേ അതിനുശേഷം പലവട്ടം എന്റെ രൂപം മാറിയിരി
ക്കുന്നു"

ആലീസ് അത്ഭുതലോകത്തിൽ

3

ശാസ്ത്രത്തിന്റെ പഞ്ചഭാവങ്ങൾ

മകന്റെ മണിയോർഡർ വന്നിട്ടുണ്ടോ എന്നമ്പേഷിച്ച് പോസ്റ്റോഫീ സിലേക്ക് നടക്കുമ്പോഴാണ്, കണാരന്റെ രോഗം മൂർഛിച്ച വിവരം പാച്ചു മൂപ്പർ അറിഞ്ഞത്. കുറച്ചു ദിവസമായി കണാരന്റെ വീട്ടിൽ കുഞ്ചുക്കണി യാൻ 'പൂജ'യും 'വെലിക്കളയലു'മൊക്കെ തിരുതകൃതിയായി നടത്തുന്ന വിവരം മൂപ്പർ കേട്ടറിഞ്ഞിരുന്നു. എവിടെയോ ഒരു സ്ഥലത്ത് നിധികിട്ടാൻ വേണ്ടി നരബലി നടത്തിയ വാർത്ത വായനശാലയിലെ ചെറുപ്പക്കാരാരോ വിശദമായി മൂപ്പർക്കു പറഞ്ഞുകൊടുത്ത് തലേന്നു വൈകുന്നേരമാ ണ്. എല്ലാം കൂടിയായപ്പോൾ മൂപ്പർക്ക് സഹിച്ചില്ല.

രണ്ടുമൂന്ന് ചെറുപ്പക്കാരെ സംഘടിപ്പിച്ച് മൂപ്പർ നേരെ കണാരന്റെ വീട്ടിലേക്ക് ചെന്നു. കണാരൻ തീരെ അവശനിലയിലാണ്.

"നീല്യേ..." മൂപ്പർ നീട്ടിവിളിച്ചു. നീലി ഏങ്ങിക്കരഞ്ഞുകൊണ്ട് അടു ക്കളഭാഗത്തുനിന്ന് ഇറങ്ങിവന്നു.

"കരയണ്ട. ഞങ്ങള് കണാരനെ ആശുപത്രിയിലേക്കു കൊണ്ടുപോ വാണ്...."

നീലി തെല്ലൊരങ്കലാപ്പോടെ കുഞ്ചുക്കണിയാനെ നോക്കി. "ഇന്നും കൂടി കണിയാര്...."

പാച്ചുമൂപ്പർ അത് കേട്ടതായി ഭാവിച്ചില്ല. നെറ്റിനിറയെ ഭസ്മം പൂശി ഗൗരവഭാവത്തിൽ നിന്നിരുന്ന കുഞ്ചുക്കണിയാന് പാച്ചുമൂപ്പരുടെ ഇടപെ ടൽ ഇഷ്ടപ്പെട്ടില്ല എന്ന് മുഖം കണ്ടാലറിയാം.

പാച്ചുമൂപ്പർ ആരുടെയും സമ്മതത്തിനു കാത്തുനിൽക്കാതെ ചെറു പ്പക്കാരെ വിളിച്ച് കണാരനെ വരാന്തയിൽ കിടക്കുന്ന കസേരയിലിരുത്തി.

"നിങ്ങള് കണാരനേം കൊണ്ട് ആശുപത്രിയിലേക്ക് നടക്ക്. ഞാൻ പുറകെ എത്താം." പാച്ചുമൂപ്പർ ചെറുപ്പക്കാരോട് പറഞ്ഞു. മൂപ്പർ നീലിയെ

ആശ്വസിപ്പിച്ച് ചെറുപ്പക്കാരുടെ പുറകെ ഇറങ്ങി. പടിവരെ എത്തിയപ്പോൾ കുഞ്ചുക്കണിയാരുടെ ആത്മഗതം കേട്ടു...

"വാവിന്റെ ഏറ്റമാ. ശാസ്ത്രമറിയാത്ത ഇവരോടൊക്കെ പറഞ്ഞിട്ടെന്താ.... കലികാലമല്ലേ.... നടക്കട്ടെ."

പാച്ചുമൂപ്പർ പുറകോട്ടു തിരിഞ്ഞ് കണിയാരെ രൂക്ഷമായി ഒന്നു നോക്കുകമാത്രം ചെയ്തു.

അമ്മാളുവമ്മയോട് വിവരം പറഞ്ഞ് മൂപ്പർ ആശുപത്രിയിലെത്തിയപ്പോൾ ഡോക്ടർ മധു കണാരനെ പരിശോധിച്ചുകൊണ്ടിരിക്കുകയായിരുന്നു. ഡോക്ടർക്ക് പാച്ചുമൂപ്പരെ നല്ല പരിചയമാണ്. ഞങ്ങളുടെ നാട്ടിലെ മിക്കവാറും രോഗികളെയൊക്കെ ആശുപത്രിയിലെത്തിക്കുന്നത് മൂപ്പരാണ്.

പരിശോധന കഴിഞ്ഞപ്പോൾ ഡോക്ടർ പറഞ്ഞു:

"മൂപ്പർ ഇരിക്കൂ. പേടിക്കാനൊന്നുമില്ല. രണ്ടുദിവസം മുമ്പ് വരേണ്ടതായിരുന്നു. ഇനി ഏതായാലും നാലു ദിവസം ഇവിടെ കിടക്കട്ടെ."

"അതെങ്ങന്യാ? ഇപ്പോൾത്തന്നെ കുഞ്ചുക്കണിയാന്റെ കയ്യിൽനിന്ന് തട്ടിപ്പറിച്ചുകൊണ്ടുവന്നതല്ലേ? കണിയാർ 'പൂജ'യും 'വെലി'യുമൊക്കെ പൊടിപൊടിച്ചു നടത്തുകയായിരുന്നു."

ഡോക്ടർ ഒരു നെടുവീർപ്പോടെ പറഞ്ഞു:

"ഉം. ഈ ശാസ്ത്രയുഗത്തിലും ഇവരൊക്കെ ഇതിന്റെ പുറകെ പോകുന്നല്ലോ..."

മൂപ്പർ ഒന്നും മിണ്ടിയില്ല. അൽപ്പംമുമ്പ് കണിയാരും ശാസ്ത്രത്തിന്റെ കാര്യമാണ് പറഞ്ഞത്. ഇപ്പോ ഡോക്ടറും അതുതന്നെ പറയുന്നു. ഏതാണാവോ ശാസ്ത്രം?

*   *   *

ശാസ്ത്രത്തെക്കുറിച്ച് പാച്ചുമൂപ്പർക്കുണ്ടായ ഈ അമ്പരപ്പ് പലർക്കും തോന്നാറുണ്ട്. ശാസ്ത്രമെന്നാൽ എന്ത് എന്നതിനെക്കുറിച്ച് ഓരോരുത്തർക്കുമുള്ള ധാരണകൾ ഓരോന്നാണ്.

അതേസമയം അടുത്തകാലത്തായി ശാസ്ത്രത്തെക്കുറിച്ച് എന്തെങ്കിലുമൊന്ന് കേൾക്കാത്ത ഒറ്റ ദിവസവുമില്ല. ദിനപത്രം ഒന്നുമറിച്ചു നോക്കൂ. 'ശാസ്ത്രരംഗത്ത് പുരോഗതിയുണ്ടാകുമെന്ന്' മന്ത്രി, 'ശാസ്ത്ര വിദ്യാഭ്യാസം അനിവാര്യമാണെ'ന്ന് വിദ്യാഭ്യാസ വിദഗ്ധൻ, 'ദാരിദ്ര്യത്തിനു കാരണം അശാസ്ത്രീയമായ ആസൂത്രണ'മാണെന്ന് രാഷ്ട്രീയനേതാവ്, 'ശാസ്ത്രം സാമൂഹ്യവിപ്ലവത്തിനെ'ന്ന് ശാസ്ത്രസാഹിത്യ പരിഷത്ത്. അങ്ങനെയങ്ങനെ ശാസ്ത്രവുമായി ബന്ധപ്പെട്ട് എത്രയെത്ര വാർത്തകൾ.

എന്താണിതിനു കാരണം? ശാസ്ത്രം നമ്മുടെ ജീവിതത്തെ അത്രയേറെ സ്വാധീനിക്കുന്നുണ്ട് എന്നതുതന്നെ.

സുപ്രസിദ്ധ ശാസ്ത്രജ്ഞനും *ശാസ്ത്രം ചരിത്രത്തിൽ* എന്ന ഗ്രന്ഥത്തിന്റെ കർത്താവുമായ ജെ ഡി ബർണൽ പറയുന്നത് കേൾക്കൂ: "ഗുണ

ത്തിലായാലും ദോഷത്തിലായാലും ഇന്ന് നമ്മുടെ സമൂഹത്തിൽ ശാസ്ത്ര ത്തിനുള്ള പ്രാധാന്യം എത്ര ഊന്നിപ്പറഞ്ഞാലും അധികമാവില്ല. അതു കൊണ്ടുതന്നെ നമ്മുടെ സമൂഹത്തിൽ ശാസ്ത്രം എന്താണെന്ന് മനസിലാക്കാ നുള്ള ശ്രമം അങ്ങേയറ്റം പ്രധാനവുമാണ്."

ശാസ്ത്രമെന്ന് കേൾക്കുമ്പോൾ ഓരോരുത്തരുടെയും മനസിൽ രൂപംകൊള്ളുന്ന ചിത്രം വ്യത്യസ്തമായിരിക്കും. ഈ ചിത്രങ്ങൾ, ഓരോ വ്യക്തിയുടെയും സാമൂഹ്യപശ്ചാത്തലം, വിദ്യാഭ്യാസം എന്നിവയെ ആ ശ്രയിച്ച് മാറിക്കൊണ്ടിരിക്കും. ഒരു സാധാരണ കൃഷിക്കാരനോട് ശാസ്ത്ര ത്തെക്കുറിച്ച് ചോദിച്ചാൽ അയാൾക്ക് പെട്ടെന്ന് ഒന്നും പറയാനായെന്നു വരില്ല. അൽപ്പം വിശദീകരിച്ചാൽ 'വെള്ളമടിക്കുന്ന പമ്പി'ന്റെയോ 'കണ്ട ത്തിലിടുന്ന ഉപ്പി'ന്റെയോ (രാസവളം) കാര്യമായിരിക്കും അയാൾക്ക് ഓർമവരിക. സ്കൂളിൽ പഠിക്കുന്ന ഒരു വിദ്യാർഥിയോട് ശാസ്ത്രത്തെ ക്കുറിച്ച് ചോദിച്ചാലോ. അവൻ ക്ലാസിൽ പഠിക്കുന്ന പല വിഷയങ്ങളു ടെയും പേർ ഓർത്തുപോകും. ഊർജതന്ത്രം, രസതന്ത്രം, ജന്തുശാസ്ത്രം, ഭൂമിശാസ്ത്രം എന്നിങ്ങനെ. മുതിർന്ന ക്ലാസുകളിലെ കുട്ടികൾ ന്യൂട്ടന്റെയോ ഐൻസ്റ്റീന്റെയോ സിദ്ധാന്തങ്ങളെക്കുറിച്ചോ ടെലസ്കോപ്, മൈക്രോ സ്കോപ് തുടങ്ങിയ ഉപകരണങ്ങളെക്കുറിച്ചോ ഓർത്തെന്നുവരും. ഇനിയും ചിലരുടെ മനസിൽ ഫാക്ടറികളുടെയോ അണക്കെട്ടുകളുടെയോ റോക്കറ്റിന്റെയോ രൂപമാണ് തെളിയുക.

ഇതെല്ലാം ശരിയാണ്. ഇപ്പറഞ്ഞതിനെല്ലാം ശാസ്ത്രവുമായി ബന്ധ മുണ്ട്. പക്ഷേ ഇവയിൽ ഏതെങ്കിലുമൊന്ന് മാത്രമാണ് ശാസ്ത്രം എന്ന്

ടെലസ്കോപ്

പറയുന്നത് അബദ്ധമായിരിക്കും. മനുഷ്യന് തലയും കണ്ണും ചെവിയും വായും ഉണ്ട്. എന്നുവച്ച്, മനുഷ്യൻ എന്നുപറഞ്ഞാൽ വായാണെന്നോ ചെവി യാണെന്നോ അർഥമാകുമോ!

ശാസ്ത്രം നമ്മുടെ ജീവിതത്തിൽ ഇത്രയേറെ സ്വാധീനം ചെലുത്തുന്നു ണ്ടെങ്കിലും, ഇന്നും നമ്മുടെ നാട്ടിലെ ബഹുഭൂരിപക്ഷമാളുകളുടെയും മനസിൽ അതേക്കുറിച്ചോർക്കുമ്പോൾ ഒരുതരം അത്ഭുതവും അപരിചി തത്വവുമാണുണ്ടാകുന്നത്. പാച്ചുമൂപ്പരുടെ കാര്യംതന്നെ നോക്കൂ. ചിത്ര പ്പെട്ടിയിലെ കാഴ്ചകൾ കാണുമ്പോഴും രാകേശ് ശർമയുടെ ബഹിരാകാശ യാത്രയെക്കുറിച്ചു കേൾക്കുമ്പോഴുമൊക്കെ മൂപ്പർക്ക് അത്ഭുതമാണ്. അതേ സമയം, കലപ്പയെക്കുറിച്ചും തൂമ്പയെക്കുറിച്ചുമൊക്കെ പറയുമ്പോൾ മൂപ്പർക്ക് അത്ഭുതമുണ്ടോ, ഇല്ലതാനും. സത്യത്തിൽ കലപ്പയും തൂമ്പയുമൊക്കെ ഒരു കാലത്തെ ശാസ്ത്രത്തിന്റെ സംഭാവന തന്നെയാണ്. ഇന്നത്തെ റോക്ക റ്റിന്റെയും ട്രാക്ടറിന്റെയുമൊക്കെ മുത്തച്ഛന്മാരാണ്. പിന്നെ റോക്കറ്റും ചിത്രപ്പെട്ടിയുമൊക്കെ നമ്മെ അത്ഭുതപ്പെടുത്തുന്നതെന്തുകൊണ്ടാണ്? അവ താരതമ്യേന പുതിയ നേട്ടങ്ങളാകയാൽ നമ്മുടെ ജീവിതത്തിന്റെയും അറിവിന്റെയും ഭാഗമായി മാറിയിട്ടില്ല എന്നതുതന്നെ കാരണം.

ശാസ്ത്രത്തെക്കുറിച്ചുള്ള അത്ഭുതഭാവം ചിലപ്പോഴൊക്കെ പേടി യായയും മാറാറുണ്ട്. പരിചയമില്ലാത്ത സ്ഥലങ്ങളിലൂടെ നടക്കുമ്പോൾ നമുക്കുതോന്നുന്ന ഒരുതരം ഭയമില്ലേ? അത്തരത്തിലൊരു ഭയം. രണ്ടു വർഷം മുമ്പ് ബീഹാറിലെ ഒരു ഗ്രാമത്തിൽ ഏതോ പകർച്ചവ്യാധി പടർന്നു പിടിച്ചപ്പോൾ അതിനെതിരെ പ്രതിരോധ കുത്തിവയ്പ് നടത്താൻചെന്ന ആരോഗ്യപ്രവർത്തകരെ അന്നാട്ടുകാർ ആട്ടിയോടിച്ചതായി പത്രവാർത്ത യുണ്ടായിരുന്നു. രോഗം ദൈവം തന്നതാണെന്നും അതിൽ ആരും ഇട പെടേണ്ടതില്ലെന്നുമായിരുന്നു ഗ്രാമവാസികളുടെ വാദം. അവർക്ക് ശാസ്ത്രമെന്തെന്നും പ്രതിരോധ കുത്തിവയ്പ് എന്തെന്നും അറിയില്ലാ യിരുന്നു. അതുകൊണ്ടാണ് അവർ ആരോഗ്യപ്രവർത്തകരെ ഭയപ്പെട്ടത്. ഇംഗ്ലണ്ടിൽ വ്യവസായവിപ്ലവം നടന്നകാലത്ത്, യന്ത്രങ്ങൾ തങ്ങളുടെ ശത്രുക്കളാണെന്ന് കരുതി അവയ്ക്കെതിരെ വമ്പിച്ചൊരാക്രമണം അഴിച്ചുവിട്ട കാര്യവും പ്രസിദ്ധമാണ്.

ശാസ്ത്രം ചിലപ്പോൾ നമുക്കെതിരായി പെരുമാറുന്നു. മറ്റുചിലപ്പോൾ അത് നമ്മുടെ സുഹൃത്തായും സഹായിയായയും വർത്തിക്കുന്നു. അതി നെന്താണ് കാരണം? നമുക്ക് പരിചയമുള്ള ഒരു ഉദാഹരണം നോക്കാം.

ശാസ്ത്രം മൂർച്ചയുള്ള ഒരു കത്തിപോലെയാണ്. കത്തി എങ്ങനെ, എന്താവശ്യത്തിന് ഉപയോഗിക്കണമെന്ന് തീരുമാനിക്കേണ്ടത് കത്തിയല്ല; അതിന്റെ ഉടമസ്ഥനാണ്. നല്ലൊരു ഡോക്ടറുടെ കയ്യിലാണ് കത്തി എങ്കിൽ അത് രോഗിയുടെ ശരീരത്തിൽ ശസ്ത്രക്രിയ നടത്തി അയാളുടെ അസുഖം ഭേദമാക്കാൻ ഉപകരിക്കുന്നു. കാട്ടിലൂടെ സഞ്ചരിക്കുന്ന യാത്രക്കാരന് തന്റെ വഴി വെട്ടിത്തെളിക്കാനും തന്നെ ആക്രമിക്കുന്ന വന്യജീവിക

ലിൽനിന്ന് രക്ഷനേടാനും കത്തി പ്രയോജനപ്പെടും. വീട്ടമ്മയാണ് കത്തി
യുടെ ഉടമസ്ഥയെങ്കിൽ അവരത് കറിക്കുവേണ്ടി പച്ചക്കറി നുറുക്കാനോ
മീൻ നന്നാക്കാനോ ഉപയോഗിക്കുന്നു. ഇനി കത്തി ഒരു ഭ്രാന്തന്റെ കയ്യി
ലാണെങ്കിലോ? ഭ്രാന്തനുണ്ടോ വിവേചനബുദ്ധി! അയാളതുകൊണ്ട് വഴി
യിൽകാണുന്ന മരങ്ങളെയും മനുഷ്യരെയുമെല്ലാം ഒരുപോലെ വെട്ടിനു
റുക്കാനാവും മുതിരുക. ദുഷ്ടനായ ഒരു കവർച്ചക്കാരന്റെ കയ്യിലാണ്
അത് എങ്കിൽ അത് സാധുക്കളായ വഴിയാത്രക്കാരെ കൊന്നൊടുക്കി
അവരുടെ സമ്പാദ്യം മോഷ്ടിച്ചെടുക്കാനും ഭവനഭേദനം നടത്താനും ഉപ
യോഗിക്കും... ശാസ്ത്രത്തിന്റെ കാര്യവും വ്യത്യസ്തമല്ല.

ഇന്ന് ഒട്ടേറെ സന്ദർഭങ്ങളിൽ ശാസ്ത്രം അവസാനംപറഞ്ഞ രണ്ടു
വിഭാഗങ്ങളുടെ കയ്യിൽ ചെന്നുപെടുകയാണ്. അങ്ങനെയാണ് രാക്ഷസ
ശക്തിയുള്ള ബോംബുകളുടെ നിർമാണത്തിലും ജനലക്ഷങ്ങളെ കണ്ണീ
രുകുടിപ്പിക്കുന്ന പരിസരമലിനീകരണത്തിലും മുഴുവൻ സമൂഹത്തിന്റെയും
സമ്പത്തായ വനം കൊള്ളചെയ്യലിലും ശാസ്ത്രം പങ്കാളിയാകുന്നത്.

ഇതിനെന്താണൊരു കുറവ്? ഭ്രാന്തനും കവർച്ചക്കാരനും കത്തി കൈവ
ശമാക്കുന്നതു തടയണം. അവരുടെ കയ്യിലുള്ള കത്തിപിടിച്ചുവാങ്ങണം.
സാമൂഹ്യനന്മയ്ക്ക് ഉതകുന്ന രീതിയിൽ അത് പ്രയോജനപ്പെടുത്തണം.
അത് സമൂഹത്തിന്റെ സമ്പത്താക്കണം.

ശാസ്ത്രം സമൂഹത്തിന്റെ സമ്പത്താക്കുക എന്നുവച്ചാലെന്താ
ണർഥം? ശാസ്ത്രം ഉപയോഗപ്പെടുത്താൻ, ശാസ്ത്രം ഏതെല്ലാം ആവ
ശ്യങ്ങൾക്ക് ഉപയോഗിക്കണമെന്ന് തീരുമാനിക്കാൻ, ശാസ്ത്രത്തിന്റെ
രീതി ഉപയോഗിച്ച് പ്രശ്നങ്ങൾ മനസിലാക്കാൻ, അവയ്ക്കു പരിഹാരം
കണ്ടെത്താൻ ജനങ്ങൾ പഠിക്കണം.

അതിന് എന്തുവേണം? ശാസ്ത്രം എന്താണ്, ശാസ്ത്രത്തിന്റെ രീതി
യെന്താണ് എന്ന് ജനങ്ങളറിയണം. ശാസ്ത്രം എന്താണെന്നറിയാതെ ശാ
സ്ത്രത്തിന്റെ ഉടമസ്ഥരാകാൻ കഴിയില്ല. അഥവാ ഉടമസ്ഥരാകാൻ കഴി
ഞ്ഞാൽത്തന്നെ 'പൊതിക്കാത്ത തേങ്ങ' കിട്ടിയ പട്ടിയെപ്പോലെ എന്തു
ചെയ്യണമെന്നറിയാതെ നാം കുഴങ്ങും.

ഇതു പറയുമ്പോൾ, കോട്ടും സൂട്ടുമൊക്കെയിട്ട ചിലർ എഴുന്നേറ്റു
നിൽക്കുന്നതു കാണാം. അവരെന്താണ് പറയുന്നത്: "ഹേയ്, ശാസ്ത്രമുണ്ടോ
സാധാരണക്കാർക്ക് മനസിലാവുന്നു അത് വളരെ സങ്കീർണമല്ലേ?
അതൊക്കെ ഞങ്ങൾ കൈകാര്യം ചെയ്തുകൊള്ളാം...." ഇക്കൂട്ടരെ ശ്രദ്ധി
ക്കണം. ഇവർ അടുത്തതായി പറയുവാൻ പോകുന്നതെന്താണെന്നോ?
'മലിനീകരണമൊന്നും ഒഴിവാക്കാൻ പറ്റില്ല. അത് ഈ വ്യവസായത്തിന്റെ
കൂടെയുള്ളതാണ്.' അവർ തുടർന്നുപറയും "വനം നശിപ്പിക്കാതെ
നിർവാഹമില്ല. അതുകൊണ്ട് അത്ര വലിയ കുഴപ്പമൊന്നുമില്ല.'

ശാസ്ത്രം വളരെ സങ്കീർണവും ദിവ്യവുമാണെന്ന് പറയുന്ന ഇവ
രുടെ ചില മുൻഗാമികൾ പണ്ട് നമ്മുടെ രാജ്യത്തുണ്ടായിരുന്നു. അക്കൂ

അന്തരീക്ഷ മലിനീകരണം

ട്ടർ പറഞ്ഞിരുന്നത് സാധാരണക്കാർ യാതൊരുവിധ അറിവും സമ്പാദി
ക്കേണ്ട ആവശ്യമില്ലെന്നാണ്. സാധാരണക്കാർ അടിമകളായും ദാസ
ന്മാരായും കഴിയണം. അവർ അതിനുവേണ്ടി നിയമങ്ങൾ ഉണ്ടാക്കി. "ശൂദ്ര
ന്മാർ വേദവിദ്യകൾ കേട്ടാൽ അവരുടെ ചെവിയിൽ ഈയമുരുക്കിയൊഴി
ക്കണം,' 'സ്ത്രീക്ക് സ്വാതന്ത്ര്യമനുവദിക്കരുത്.' അങ്ങനെ പലതും. പുതിയ
കൂട്ടർ അത്ര കടുപ്പത്തിൽ കാര്യങ്ങൾ പറയുന്നില്ലെങ്കിലും അവരുടെ ഉദ്ദേശ്യം
തങ്ങളുടെ പൂർവികരുടേതുതന്നെയാണ്.

ശാസ്ത്രം സാധാരണക്കാർക്ക് മനസിലാകാത്തതാണെന്ന പ്രചര
ണം ഗൂഢോദ്ദേശ്യ പ്രേരിതമാണ്. ശാസ്ത്രവും ശാസ്ത്രത്തിന്റെ രീതിയും
സാധാരണക്കാർക്ക് ഉൾക്കൊള്ളാനും പ്രയോജനപ്പെടുത്താനും കഴിയും.
കഴിയണം. അതെങ്ങനെ എന്ന് വഴിയെ പറയാം.

*　　　　*　　　　*

അതിനുമുമ്പ് നമുക്ക് ശാസ്ത്രം എന്ത് എന്ന ചോദ്യത്തിലേക്ക്
തിരിച്ചുവരാം. ശാസ്ത്രത്തെ പലതരത്തിൽ നിർവചിക്കാനുള്ള ശ്രമങ്ങൾ
നടന്നിട്ടുണ്ട്. ഏതാനും ചില നിർവചനങ്ങൾ ഇതാണ്:

1. ശാസ്ത്രജ്ഞർ ഒത്തുചേർന്നു നടത്തുന്ന എല്ലാത്തരം പ്രവർത്ത
നങ്ങളുടെയും ആകത്തുകയയാണ് ശാസ്ത്രം.

2. നിരീക്ഷണ പരീക്ഷണങ്ങളിലൂടെ കാര്യങ്ങളുടെ നിജസ്ഥിതി
മനസിലാക്കുകയും വസ്തുതകളെ യുക്തിയുക്തമായി അപഗ്രഥിച്ച് നിഗ

മനങ്ങളിൽ എത്തുകയയും ചെയ്യുന്ന രീതിയാണ് ശാസ്ത്രം.

3. ദൃശ്യപ്രപഞ്ചത്തെ വസ്തുനിഷ്ഠമായും യുക്തിസഹമായും ക്രമ ബദ്ധമായും അപഗ്രഥിക്കുന്ന പദ്ധതിയാണ് ശാസ്ത്രം.

ഈ നിർവചനങ്ങൾക്കും അതുപോലെ ശാസ്ത്രത്തെക്കുറിച്ചുള്ള മറ്റു നിർവചനങ്ങൾക്കുമുള്ള ഒരു കുഴപ്പം അവ ശാസ്ത്രത്തിന്റെ ചില സ്വഭാവങ്ങളെക്കുറിച്ചു മാത്രമേ സൂചിപ്പിക്കുന്നുള്ളൂ എന്നതാണ്.

ഇവിടെ ഒന്നാമതായി കൊടുത്തിരിക്കുന്ന നിർവചനം നോക്കുക. ശാസ്ത്രജ്ഞന്മാർ നടത്തുന്ന പ്രവർത്തനമാണ് ശാസ്ത്രം. അത്രയും ശരി. പക്ഷേ, ശാസ്ത്രജ്ഞന്മാർ എന്ന വാക്കിന് കഷ്ടിച്ച് ഒന്നര നൂറ്റാണ്ടുകാ ലത്തെ പഴക്കമേ ഉള്ളൂ. 1840 ൽ വേവൽ എന്നൊരു ദാർശനികനാണത്രെ തന്റെ ഒരു ഗ്രന്ഥത്തിൽ (*Philosophy of Inductive Science*) ശാസ്ത്ര ജ്ഞൻ എന്ന വാക്ക് ആദ്യമായി ഉപയോഗിച്ചത്. അപ്പോൾ അതിനുമുൻപ് ശാസ്ത്രം ഉണ്ടായിരുന്നില്ലേ?

രണ്ടാമത്തെയും മൂന്നാമത്തെയും നിർവചനങ്ങൾക്കും ഇതേ കുഴപ്പം കാണാം. രണ്ടാമത്തെ നിർവചനത്തിൽ ശാസ്ത്രത്തിന്റെ രീതിയെക്കുറിച്ചു മാത്രമേ പറയുന്നുള്ളൂ.

എന്നാൽ ശാസ്ത്രം ഒരു രീതി മാത്രമല്ല. മൂന്നാമത്തേതിൽ പറയുന്ന ദൃശ്യപ്രപഞ്ചം തികച്ചും അവ്യക്തമാണ്. ശാസ്ത്രത്തിന്റെ കണ്ണുകൾ ഓരോ ദിവസവും കൂടുതൽ അകലേക്കും കൂടുതൽ ഉള്ളിലേക്കും നീളുകയാണ്. ഇന്നലെവരെ അദൃശ്യമായിരുന്നത് ഇന്ന് ദൃശ്യമാണ്.

വില്യം വേവൽ

അതുകൊണ്ട് നമുക്ക് മൂന്നോ നാലോ വാചകങ്ങളിൽ ശാസ്ത്രത്തെ നിർവചിക്കാൻ തുനിയാതെ, ഇന്നത്തെ ലോ കത്തിൽ ശാസ്ത്രം ഏതെല്ലാം വിധത്തിലാണ് നിലനിൽക്കു ന്നത് എന്നു പരിശോധിക്കാം. ശാസ്ത്രത്തെ താഴെ പറ യുന്ന അഞ്ചു ഭാവങ്ങളിൽ നമുക്ക് കാണാൻ കഴിയും.

1. ഒരു മഹാപ്രസ്ഥാനം എന്ന നിലയിൽ.

2. ഒരു സമീപന രീതി എന്ന നിലയിൽ.

3. പ്രകൃതിയെക്കുറിച്ചും മനുഷ്യനെക്കുറിച്ചുമുള്ള വിജ്ഞാനത്തിന്റെ ഒരു മഹാ ശേഖരമെന്ന നിലയിൽ.

4. സമൂഹത്തിലെ വിവിധങ്ങളായ ഉൽപന്ന പ്രക്രിയകളെ നിലനിർ ത്തുകയും വളർത്തുകയും ചെയ്യുന്ന ഒരു ശക്തി എന്ന നിലയിൽ.

5. പ്രപഞ്ചത്തെക്കുറിച്ചുള്ള വിശ്വാസങ്ങളും വീക്ഷണങ്ങളും കരുപ്പിടി പ്പിക്കുന്ന മുഖ്യമായ ഒരു സ്വാധീനശക്തി എന്ന നിലയിൽ.

ശാസ്ത്രത്തിന്റെ ഈ പഞ്ചഭാവങ്ങളെ കുറേക്കൂടി വിശദമായി നമുക്ക് പരിശോധിച്ചുനോക്കാം.

1. ശാസ്ത്രം-ഒരു മഹാപ്രസ്ഥാനം

ശാസ്ത്രം ഇന്നൊരു മഹാപ്രസ്ഥാനമാണ്. അനേകായിരം ഗവേഷ ണശാലകളും അനേകലക്ഷം ശാസ്ത്രജ്ഞന്മാരും നിരവധി കോടി രൂപ യുടെ മുതൽമുടക്കുമുള്ള ഒരു മഹാപ്രസ്ഥാനം. ശാസ്ത്രം ഇന്നുകാണു ന്നവിധത്തിൽ ഒരു മഹാപ്രസ്ഥാനമായി മാറിയത് ഇരുപതാം നൂറ്റാണ്ടി

ലാണ്. പണ്ടുകാലത്ത് ഈ വിധത്തിൽ സംഘടിതമായി പ്രവർത്തിക്കുന്ന ശാസ്ത്ര ജ്ഞരോ കൂറ്റൻ ഗവേഷണ സ്ഥാപനങ്ങളോ ഒന്നുമു ണ്ടായിരുന്നില്ല. അന്നൊക്കെ ഒറ്റപ്പെട്ട ചില വിജ്ഞാന കുതുകികൾ, സ്വന്തം ചെല വിൽ പരീക്ഷണങ്ങളും നി രീക്ഷണങ്ങളും നടത്തുന്ന പതിവാണുണ്ടായിരുന്നത്. ആർക്കിമിഡീസും ഗലീലി യോയുമൊക്കെ ഇക്കൂട്ട ത്തിൽപ്പെട്ടവരായിരുന്നു. അവരുടെ കണ്ടുപിടുത്ത ങ്ങളിൽ പലതും വളരെ പ്രധാനപ്പെട്ടവയായിരുന്നെ ങ്കിലും അവയൊന്നും ത ന്നെ പെട്ടെന്നുള്ള സാമ്പ

ആർക്കിമിഡീസ്

ത്തിക ലാഭത്തിന് കളമൊരുക്കുന്ന തരത്തിലുള്ളവയായിരുന്നില്ല. വ്യവ സായ വിപ്ലവത്തിന് ശേഷം ഈ സ്ഥിതി മാറി. ശാസ്ത്രത്തിന്റെ ഓരോ നേട്ടങ്ങളെയും പ്രയോജനപ്പെടുത്താൻ കഴിവുള്ള ഒരു മുതലാളിവർഗം ഉണ്ടായിവന്നു. അതോടെ ശാസ്ത്രത്തിന്റെയും ശാസ്ത്രജ്ഞന്റെയും പദവി ആകെ മാറി. ശാസ്ത്രമുപയോഗപ്പെടുത്തിക്കൊണ്ട് തങ്ങളുടെ ലാഭം വർധിപ്പിക്കാനുള്ള വഴികൾ കണ്ടെത്തിയ മുതലാളിമാർ പടുകൂറ്റൻ ഗവേ ഷണശാലകൾക്കുവേണ്ടി വൻതോതിൽ പണമുടക്കി. ശാസ്ത്രം യുദ്ധ

ത്തെയും വ്യവസായത്തെയും സഹായിക്കാൻ തുടങ്ങി. ഇന്ന് സ്വകാര്യ മുതലാളിമാരുടെയും ഗവൺമെന്റുകളുടെയുമൊക്കെ കീഴിൽ പ്രവർത്തി ക്കുന്ന അനേകായിരക്കണക്കിന് കൂറ്റൻ ഗവേഷണാലയങ്ങൾ ലോകമെ മ്പാടുമുണ്ട്. അവരുടെ പ്രവർത്തനമാണ് ശാസ്ത്രത്തിന്റെ ഗതി നിർണ യിക്കുന്നത്.

ശാസ്ത്രം ഈ വിധത്തിലുള്ള ഒരു മഹാസ്ഥാപനമായി വളർന്നതു കൊണ്ട് ഗുണവും ദോഷവുമുണ്ടായിട്ടുണ്ട്. ഒരുവശത്ത് ശാസ്ത്രഗവേഷ ണത്തിന്റെ ഗതിവേഗം പണ്ടെത്തേക്കാളും വർധിച്ചു. വമ്പിച്ച നേട്ടങ്ങളു ണ്ടായി. മറുവശത്ത്, ശാസ്ത്രം ഏതുവിധവും സാമ്പത്തികലാഭമുണ്ടാ ക്കുന്നതിനുള്ള ഒരു ഉപാധിയായി മാറി. അതോടെ അത് സാധാരണ ക്കാരുടെ ജീവിതത്തിൽ നിന്ന് കൂടുതൽ അകന്നു. മറുവശത്ത് സോഷ്യ ലിസ്റ്റ് രാജ്യങ്ങൾ ശാസ്ത്രത്തിന്റെ വികസനം രാഷ്ട്രത്തിന്റെ മുഖ്യധർമ ങ്ങളിലൊന്നായി അംഗീകരിച്ചുകൊണ്ട് പ്രവർത്തിക്കാനാരംഭിച്ചതും ഇതു മായി ബന്ധപ്പെട്ട ഒരു പ്രധാന സംഗതിയാണ്.

2. ശാസ്ത്രം ഒരു സമീപനരീതി

ശാസ്ത്രത്തിന് തനതായ ഒരു സമീപനരീതിയുണ്ട്. കാണുന്നതി നെയും കേൾക്കുന്നതിനെയും അതേപടി വിശ്വസിക്കുന്ന രീതിയല്ല ശാസ്ത്രത്തിന്റേത്. ഒരു ഫുട്ബോൾ മൈതാനത്തിൽനിന്നു നോക്കിയാൽ നമുക്കു തോന്നുക ഭൂമി പരന്നിട്ടാണെന്നാണ്. പഴയ കാലത്തെ മനുഷ്യർ വിശ്വസിച്ചിരുന്നതും അങ്ങനെയാണ്. പക്ഷേ ഒരു ശാസ്ത്രജ്ഞനോ ശാസ്ത്രവിദ്യാർഥിക്കോ അത് സമ്മതിക്കാനാവില്ല. നമ്മുടെ വലിപ്പവു മായി താരതമ്യപ്പെടുത്തുമ്പോൾ ഭൂമിക്കുള്ള വലിപ്പക്കൂടുതൽ മൂലമാണ് ഗോളാകൃതിയിലുള്ള ഭൂമി പരന്നതായി നമുക്കനുഭവപ്പെടുന്നത് എന്ന് ശാസ്ത്രം നമുക്ക് വ്യക്തമാക്കിത്തരുന്നു. പരീക്ഷണങ്ങളും നിരീക്ഷണ ങ്ങളും വർഗീകരണവും മാപനവുമൊക്കെ ശാസ്ത്രത്തിന്റെ രീതികളിൽ ഉൾപ്പെടുന്നു. ശാസ്ത്രത്തിന്റെ വികാസത്തിനനുസൃതമായി ശാസ്ത്ര ത്തിന്റെ രീതികളും വികസിച്ചുവന്നു. ലളിതവും സങ്കീർണവുമായ അനേ കമനേകം ഉപകരണങ്ങൾ ശാസ്ത്രരീതിയുടെ അവിഭാജ്യഘടകങ്ങളാ ണ്. മൈക്രോസ്കോപ്പും ടെലസ്കോപ്പും തെർമോമീറ്ററും ബാരോമീ റ്ററും അതുപോലെയുള്ള മറ്റ് നൂറുനൂറുപകരണങ്ങളും ഉപയോഗിച്ചാണ് ശാസ്ത്രജ്ഞൻ കാര്യങ്ങൾ നിരീക്ഷിക്കുന്നത്. അളന്നും തൂക്കിയും വർഗീകരിച്ചും ഉപകരണങ്ങളുടെ സഹായത്തോടെ നിരീക്ഷണ പരീ ക്ഷണങ്ങൾ നടത്തിയുമാണ് ശാസ്ത്രം ഓരോ പ്രശ്നത്തെയും സമീ പിക്കുന്നത്. ഈ രീതിയുടെ മൗലികമായ ഘടകം ചോദ്യം ചെയ്യലാണ് എന്നുപറയാം. ഈ ചോദ്യം ചെയ്യലിന്റെയും പരീക്ഷണ നിരീക്ഷണങ്ങ ളുടെയും ഫലമായി ലഭിക്കുന്ന വിവരങ്ങൾ അടുക്കി, ചിട്ടപ്പെടുത്തി പ്രകാ ശിപ്പിക്കുന്നത് ശാസ്ത്രനിയമങ്ങളും സിദ്ധാന്തങ്ങളും ഉപയോഗപ്പെടു

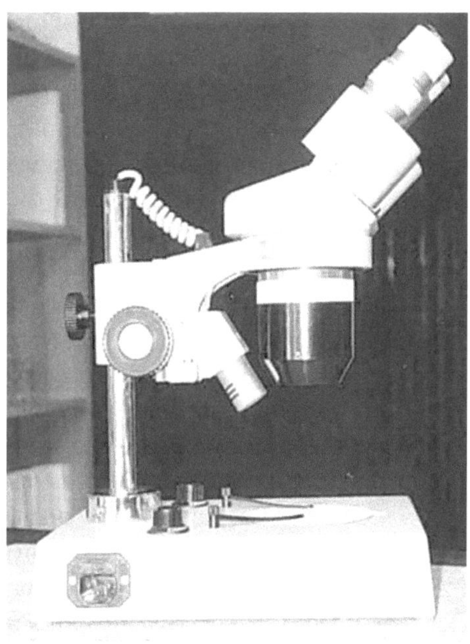

മൈക്രോസ്കോപ്

ത്തിയാണ്. ആർക്കിമെഡീസിന്റെ സിദ്ധാന്തം, ബോയിലിന്റെ നിയമങ്ങൾ, ന്യൂട്ടന്റെ സിദ്ധാന്തങ്ങൾ, ഓം നിയമങ്ങൾ എന്നിങ്ങനെ അനേകമനേകം നിയമങ്ങളും സിദ്ധാന്തങ്ങളും ശാസ്ത്രത്തിൽ കാണാം. ശാസ്ത്രരീതിയുടെ മറ്റൊരു ഘടകമാണ് ശാസ്ത്രഭാഷ. ഗണിതസൂത്രങ്ങളും രാസനാമങ്ങളും ഗ്രാഫുകളും മറ്റുമടങ്ങുന്ന ഒരു പ്രത്യേക ശാസ്ത്രഭാഷതന്നെ വികസിച്ചു വന്നിട്ടുണ്ട്. ശാസ്ത്രം വികസിക്കുന്നതിനുസൃതമായി ശാസ്ത്രത്തിന്റെ ഭാഷയും കൂടുതൽ സമ്പന്നവും സമഗ്രവുമായിക്കൊണ്ടിരിക്കുന്നു.

3. ശാസ്ത്രം-വിജ്ഞാനത്തിന്റെ കലവറ

ശാസ്ത്രം അറിവിന്റെ ഒരു മഹാശേഖരമാണ്. മാനവരാശിയുടെ ആരംഭം മുതൽ ഇന്നുവരെ സാധാരണക്കാരും ശാസ്ത്രജ്ഞരുമായ അനേകംപേർ നേടിയെടുത്തിട്ടുള്ള എല്ലാത്തരം അറിവിന്റെയും ഒരു മഹാ ഭണ്ഡാരം. ശാസ്ത്രത്തെ സംബന്ധിച്ചിടത്തോളം ഇന്നലെവരെ നേടിയ വിജ്ഞാനത്തിന്റെ തുടർച്ചയാണ് ഇന്നത്തെ വിജ്ഞാനം. ഒന്നൊന്നായി ഇഷ്ടികകൾ അടുക്കിവച്ച് ഉയർത്തിക്കൊണ്ടിരിക്കുന്ന ഒരു മഹാസൗധംപോലെയാണ് ശാസ്ത്രം. ഇന്നലെവരെ പെറുക്കിവച്ച ഇഷ്ടികകൾക്കു പുറത്തു മാത്രമേ ഇന്ന് ഇഷ്ടികകൾ നിരത്താനാവൂ. ചൊവ്വയിലേക്കും ശുക്രനിലേക്കുമൊക്കെ റോക്കറ്റുകൾ വിക്ഷേപിക്കുന്ന ആധുനിക ശാസ്ത്രജ്ഞന് അമ്പും വില്ലും കണ്ടുപിടിച്ച ആദിമ ശാസ്ത്രജ്ഞനെ വിസ്മരിക്കുക വയ്യാ.

ഇന്നത്തെ ശാസ്ത്രം ഇന്നലെവരെയുള്ള ശാസ്ത്രത്തിന്റെ ആകത്തുകയാണ്. പക്ഷേ അത് നിശ്ചലമായ ഒരു വിജ്ഞാനക്കൂമ്പാരമല്ല. മറിച്ച് അത് ഒരിക്കലും നിലയ്ക്കാതെ വികസിച്ചുകൊണ്ടിരിക്കുകയാണ്. പുതിയ കാര്യങ്ങൾ തുടർച്ചയായി കൂട്ടിച്ചേർത്തുകൊണ്ടും പഴയ കാര്യങ്ങളെ തിരുത്തിക്കൊണ്ടുമാണ് അത് വികസിക്കുന്നത്. എപ്പോഴും മാറി

ഐസക് ന്യൂട്ടൻ

ക്കൊണ്ടിരിക്കുന്ന, ഒരിക്കലും നിലയ്ക്കാത്ത ശാസ്ത്രവിജ്ഞാനത്തിന്റെ ദൃഷ്ടിയിൽ ശാശ്വതസത്യം എന്നൊന്നില്ല. ഇന്നത്തെ അറിവുവച്ച് ഏറ്റവും ശരിയായതിനെ ശാസ്ത്രം അംഗീകരിക്കുന്നു. ഇന്നത്തെ അറിവ് നാളെ തിരുത്തുകയോ പരിഷ്കരിക്കുകയോ ചെയ്യേണ്ടിവന്നാൽ അതു ചെയ്യാൻ ശാസ്ത്രത്തിന് യാതൊരു മടിയുമില്ല. കാരണം, അങ്ങനെ ചെയ്യുന്നതുവഴി മാത്രമേ കൂടുതൽ ശരിയിലേക്ക് നീങ്ങാൻ കഴിയൂ എന്നതുതന്നെ. ഐൻസ്റ്റൈന്റെ സിദ്ധാന്തങ്ങൾ ന്യൂട്ടന്റെ സിദ്ധാന്തങ്ങളെ തിരുത്തുകയും കൂടുതൽ സമഗ്രമാക്കിത്തീർക്കുകയും ചെയ്തതും ഡാർവിന്റെ പരിണാമസിദ്ധാന്തത്തിൽ പിൽക്കാലത്ത് കണ്ടുപിടിക്കപ്പെട്ട ഒട്ടേറെ കാര്യങ്ങൾ കൂട്ടിച്ചേർത്ത് അത് കൂടുതൽ സമ്പുഷ്ടമാക്കാൻ നിയോ ഡാർവിനിസ്റ്റുകൾക്ക് കഴിഞ്ഞതുമെല്ലാം ഇതിനുദാഹരണങ്ങളാണ്.

4. ശാസ്ത്രം ഒരു ഉൽപ്പാദനശക്തി

ശാസ്ത്രത്തിന്റെ പഞ്ചഭാവങ്ങളിൽ ഏറ്റവും പ്രകടമായത് ഇതാണെന്ന് പറയാം. സമൂഹത്തിലെ ഉൽപ്പാദനപ്രക്രിയകളുമായി ബന്ധപ്പെട്ടും അവയുടെ സ്വാധീനത്തിന് വിധേയമായുമാണ് ശാസ്ത്രം എല്ലാ ക്കാലത്തും നിലനിന്നു പോന്നിട്ടുള്ളത്. മനുഷ്യൻ തനിക്കു ചുറ്റുമുള്ള പ്രകൃതിയുമായി തുടർച്ചയായി ഇടപഴകിക്കൊണ്ടാണല്ലോ പുരോഗതി പ്രാപിച്ചത്. ഈ പുരോഗതിയിലുടനീളം ശാസ്ത്രം മനുഷ്യനെ സഹായിക്കുകയും ഒപ്പം സ്വയം വളരുകയും ചെയ്തു. സമൂഹം വികസിച്ചുവന്നതോടെ പുതിയ ഉൽപ്പാദനാവശ്യങ്ങൾ ഉടലെടുക്കുന്നു. അവയ്ക്കനുരൂപമായ പുതിയ ഉപകരണങ്ങൾ ശാസ്ത്രഗവേഷണംവഴി നിർമിക്കപ്പെടുന്നു. വീണ്ടും സമൂഹം പുരോഗമിക്കുന്നു. ഒപ്പം പുതിയ ഉൽപ്പാദനാവശ്യങ്ങളുണ്ടാകുന്നു. വീണ്ടും ശാസ്ത്രം... അങ്ങനെ ശാസ്ത്രവും ഉൽപ്പാദനവും തോളോടുതോളുരുമ്മിയാണ് വളരുന്നത്. മാനവചരിത്രത്തെ, അതതു കാലഘട്ടത്തിൽ ഉപയോഗത്തിലുണ്ടായിരുന്ന മുഖ്യപദാർഥങ്ങളുടെ അല്ലെങ്കിൽ മുഖ്യ ഊർജരൂപത്തിന്റെ അടിസ്ഥാനത്തിൽ ശിലായുഗം, വെങ്കലയുഗം, ഇരുമ്പുയുഗം, നീരാവിയുഗം, വൈദ്യുതയു

ഗം, അണുയുഗം എന്നിങ്ങനെ വിഭജിക്കാറുണ്ടല്ലോ. ശാസ്ത്രവും ഉൽപ്പാ
ദനപ്രക്രിയകളും തമ്മിലുള്ള ബന്ധത്തെയാണ് ഈ വിഭജനം സൂചിപ്പി
ക്കുന്നത്. മെച്ചപ്പെട്ട ഉൽപ്പാദനരീതികളും പ്രക്രിയകളും ആവിർഭവിക്കു
ന്നതോടെയാണ് സമൂഹം മുന്നോട്ടുകുതിക്കുന്നത്. ഈ ഉൽപ്പാദന പ്രക്രി
യകൾക്കും രീതികൾക്കും രൂപം നൽകുന്നത് ശാസ്ത്രവുമാണ്. നമ്മുടെ
കാലഘട്ടം തന്നെ നോക്കൂ. പുതിയ കാർഷികോൽപ്പാദനരീതികളും
ഫാക്ടറികളും ഊർജരൂപങ്ങളുമെല്ലാമാണ് നമ്മുടെ കാലഘട്ടത്തിന്റെ
മുഖമുദ്രകൾ. നമ്മുടെ ജീവിതമാകെത്തന്നെ, ഈ ഉൽപ്പാദനരീതികളെ
ആശ്രയിച്ചാണ് നിലകൊള്ളുന്നത്. അവയ്ക്ക് ആധാരമായി വർത്തിക്കു
ന്നതോ ശാസ്ത്രവും.

5. ശാസ്ത്രവും പ്രപഞ്ചവീക്ഷണവും

ശാസ്ത്രത്തിന്റെ നാല് മുഖങ്ങൾ നാം കണ്ടുകഴിഞ്ഞു. ഒരു മഹാപ്ര
സ്ഥാനമെന്ന നിലയിലും, ഒരു സമീപനരീതി എന്ന നിലയിലും വിജ്ഞാ
നത്തിന്റെ തുടർച്ചയായി വളർന്നുകൊണ്ടിരിക്കുന്ന ഒരു മഹാശേഖരമെന്ന
നിലയിലും, സമൂഹത്തിലെ ഉൽപ്പാദന പ്രവർത്തനങ്ങളെ മുന്നോട്ടു നയി
ക്കുന്ന ഒരു മുഖ്യശക്തിയെന്ന നിലയിലും നാം ശാസ്ത്രത്തെ കണ്ടു. ഈ
നാല് മുഖങ്ങളും കൂടിച്ചേർന്ന മറ്റൊരു മുഖമാണ് ശാസ്ത്രത്തിന്റെ അഞ്ചാ
മത്തെ മുഖം.

ശാസ്ത്രം പ്രപഞ്ചത്തെക്കുറിച്ചുള്ള മനുഷ്യന്റെ ധാരണകളുടെ അടി
ത്തറയാണ്. പണ്ടുകാലത്തെ മനുഷ്യരെക്കുറിച്ചോർത്തുനോക്കൂ.
അവർക്ക് പ്രകൃതിശക്തികളെയെല്ലാം ഭയമായിരുന്നു. തീയേയും വെള്ള
ത്തേയും കാറ്റിനെയുമെല്ലാം അവർ ഭയന്നു. രോഗത്തിനും പ്രകൃതിക്ഷോ
ഭങ്ങൾക്കും മുന്നിൽ അവർ നിസ്സഹായരായി നിന്നു. എന്തായിരുന്നു ഈ
ഭയത്തിനും നിസ്സഹായതയ്ക്കും കാരണം? ലളിതമായിപ്പറഞ്ഞാൽ അജ്ഞത
തന്നെ. ഇന്നുമുണ്ട് ഭയത്തിലും നിസ്സഹായതയിലും കഴിയുന്ന പരസ
ഹസ്രം മനുഷ്യർ. രോഗവും തൊഴിലില്ലായ്മയും പട്ടിണിയുമൊക്കെ
തങ്ങളുടെ 'വിധി'യായിക്കരുതി കഴിയുന്നവർ. പ്രകൃതിശക്തികളെക്കു
റിച്ചും രോഗം, പ്രകൃതിക്ഷോഭങ്ങൾ എന്നിവയെക്കുറിച്ചും ശാസ്ത്രീയ
മായി മനസിലാക്കാൻ കഴിയുന്നതോടെ ഈ ഭയവും നിസ്സഹായതയും
ഇല്ലാതാവുന്നു. മനുഷ്യന്റെ ആത്മവിശ്വാസം വർധിക്കുന്നു. ഓരോന്നി
ന്റെയും കാരണങ്ങളെക്കുറിച്ച് ചോദ്യങ്ങളുയർത്താനും അവയ്ക്കുള്ള പരി
ഹാരങ്ങൾ കണ്ടെത്താനുമുള്ള കഴിവ് അവർ ആർജിക്കുന്നു. ഒരിക്കൽ വെള്ള
ത്തെയും കാറ്റിനെയും ഭയപ്പെട്ടിരുന്ന മനുഷ്യൻ ഇന്ന് അവയെ മെരുക്കി
തന്റെ ദാസന്മാരാക്കി മാറ്റിയിരിക്കുന്നു. രോഗങ്ങളെ ഭയപ്പെട്ടിരുന്ന മനുഷ്യന്,
അവയെ ചെറുക്കാനുള്ള കഴിവ് ശാസ്ത്രം പ്രദാനം ചെയ്യുന്നു.

നാം ജീവിക്കുന്ന ചുറ്റുപാടുകളെക്കുറിച്ചും ഈ മഹാപ്രപഞ്ചത്തെ
ക്കുറിച്ചും സമൂഹത്തെക്കുറിച്ചും ജീവനെക്കുറിച്ചുമൊക്കെ ശാസ്ത്രം

നൽകുന്ന അറിവ്, സമഗ്രമായൊരു കാഴ്ചപ്പാടായി മാറിയിരിക്കുന്നു. ഈ കാഴ്ചപ്പാട്, പ്രകൃതിയെക്കുറിച്ചും പ്രകൃതിശക്തികളെക്കുറിച്ചുമുള്ള ഈ പുതിയ വീക്ഷണം, മാനവരാശിയുടെ മുന്നോട്ടുള്ള പ്രയാണത്തെ നിർണ യിക്കുന്ന അടിസ്ഥാന ഘടകങ്ങളിലൊന്നാണ്. പ്രകൃതിശക്തികളുമായി കൂടുതൽ ഫലപ്രദമായി പ്രതികരിക്കാനും അങ്ങനെ ജീവിതം കൂടുതൽ അർഥവത്താക്കാനും ഇന്നത്തെ മാനവരാശിയെ ഈ വീക്ഷണം സഹാ യിച്ചുകൊണ്ടിരിക്കുന്നു.

ശാസ്ത്രം ഇന്ന് ഏത് രൂപത്തിലാണ് കാണപ്പെടുന്നത് എന്നു മനസിലാ ക്കിയതുകൊണ്ടുമാത്രമായില്ല. അത് എങ്ങനെ ആവിർഭവിച്ചു? ഇന്നത്തെ രൂപത്തിലായിത്തീരുന്നതിന് മുൻപ് ഏതേതെല്ലാം ഘട്ടങ്ങളിലൂടെ കട ന്നുപോന്നു എന്നീ കാര്യങ്ങളെക്കുറിച്ചുകൂടി അറിഞ്ഞിരിക്കണം.

അതിനായി, ശാസ്ത്രത്തിന്റെ ചരിത്രത്തിലൂടെ നമുക്ക് ഒരോട്ടപ്രദ ക്ഷിണം നടത്തി തിരിച്ചുവരാം. വരൂ....

പണിയെടുക്കാനായുധമുണ്ടായി.
പലതും പറയാൻ ഭാഷയുണ്ടായി.
കൂട്ടുചേർന്ന ജീവിതമുണ്ടായി.
അങ്ങനെ, കൂട്ടുകാരേ, മനുഷ്യനുണ്ടായി.

4

കല്ലുകളുടെ കാലം

ആഫ്രിക്കയുടെ കിഴക്കുഭാഗത്തുള്ള ടാൻസാനിയ എന്ന രാജ്യ ത്തെക്കുറിച്ച് കേട്ടിട്ടുണ്ടോ? അവിടെ ഓൾദുവായ് എന്ന സ്ഥലത്ത് 300 അടിയോളം താഴ്ചയുള്ള ഒരു മലഞ്ചെരിവുകാണാം. പല തട്ടുകളായി കാണ പ്പെടുന്ന ആ മലഞ്ചെരിവിന് അത്യത്ഭുതകരമായ ഒരു കഥ പറയാനുണ്ട്. ആരുടെ കഥയെന്നോ? നമ്മുടെയെല്ലാം കഥ. മാനവരാശിയുടെ കഥ. ശാസ് ത്രത്തിന്റെ കഥ.

ഞങ്ങളുടെ നാട്ടിൻപുറത്ത് പാച്ചുമൂപ്പരുള്ളതുപോലെ, ഓൾദുവായ് മലഞ്ചെരുവിൽ 30 ലക്ഷം വയസ്സ് പ്രായമുള്ള ഒരു വല്യവല്യപ്പൂപ്പൻ ഉണ്ടെ ന്നു കരുതുക! പാച്ചുമൂപ്പർ ഞങ്ങടെ നാട്ടിൽ ബസ്സും, 'ഇലക്ട്രിക്കും,' റേഡിയോയുമൊക്കെ വന്ന കഥ പറയുന്നതുപോലെ ഓൾദുവായ് അപ്പൂ പ്പൻ എന്തെല്ലാം കഥയാവും പറയുക എന്നോർത്തുനോക്കൂ... മലഞ്ചെ രിവിന്റെ ഏറ്റവും താഴേത്തട്ടിൽനിന്ന് ഒരു കൂർത്ത കൽക്കഷണമെടുത്തു കാണിച്ചുകൊണ്ട് അപ്പൂപ്പൻ ഇങ്ങനെ തുടങ്ങും:

"നമ്മുടെ ആസ്ട്രലോപിതേക്കസ് വല്യപ്പൂപ്പൻ (ഏതാണ്ട് 40 ലക്ഷം വർഷങ്ങൾക്കു മുമ്പ് ആഫ്രിക്കയിൽ കാണപ്പെട്ടിരുന്ന ഈ ജീവി, മനുഷ്യന്റെ പൂർവികരിൽ ഒന്നാണെന്ന് കരുതപ്പെടുന്നു) ആദ്യമായി ഇതുപോലൊരു കല്ലുകൊണ്ട് ഒരു മാനിന്റെ തലമണ്ട പൊട്ടിച്ച കാഴ്ച! ഹായ്. അന്ന് ഞങ്ങൾക്കൊക്കെ എന്തൊരത്ഭുതമായിരുന്നെന്നോ. പിന്നൊരു ദിവസം വേറൊരപ്പൂപ്പൻ ഒരു മരക്കമ്പുകൊണ്ട് ഒരു കാട്ടുമാങ്ങ കുത്തിത്താഴെ യിട്ടു. ഹായ് ഹായ്!... അതൊക്കെ ഇപ്പൊ എത്രകാലമായിക്കാണും? ഓർമ നിൽക്കുന്നില്ല. ഞാനന്നു കുഞ്ഞാ. പത്തിരുപ്പത്തഞ്ചുലക്ഷം കൊല്ലമാ യിക്കാണും...."

ഓൾദുവായപ്പൂപ്പന്റെ കഥ കേൾക്കുമ്പൊ നമുക്ക് ചിരിവരും. കല്ലു

ആസ്ട്രലോപിതേക്കസ്

കൊണ്ട് മാനിന്റെ തലകുത്തിപ്പൊട്ടിച്ചതും മരക്കമ്പുകൊണ്ട് മാങ്ങ കുത്തിത്താഴെയിട്ടതുമൊക്കെയാണോ ഇത്രവല്യ കാര്യം? പക്ഷേ ആരോ ടാണ് ചോദിക്കുക. അപ്പൂപ്പൻ വെറും സങ്കൽപ്പ അപ്പൂപ്പനല്ലേ?

*   *   *

പക്ഷേ ഓൾദുവായ് മലഞ്ചെരുവിൽനിന്നും കെനിയയിലെ റു ഡോൾഫ് തടാകത്തിന്റെ തീരത്തുനിന്നുമൊക്കെ കണ്ടെടുത്ത അവശി ഷ്ടങ്ങളും കല്ലുകളും വച്ചുകൊണ്ട് പുരാജീവിശാസ്ത്രജ്ഞർ നമ്മോടു പറയുന്നത് ഇതേ കാര്യമാണ്.

അതേ. കല്ലുകളും കമ്പുകളുമുപയോഗിച്ച് ആയുധങ്ങൾ നിർമി ക്കാനും അവ ഉപയോഗിക്കാനും കഴിയുമെന്ന കണ്ടുപിടുത്തമാണ് മനു ഷ്യന്റെ ഏറ്റവുമാദ്യത്തെ കണ്ടുപിടുത്തം. നമ്മുടെയെല്ലാം മുതുമുതുമു ത്തച്ഛന്മാരായ ആ ആദിമമനുഷ്യരുടെ കൽത്തുമ്പിൽ നിന്നുമാണ് ഇന്ന് അനുനിമിഷം വികസിച്ചുകൊണ്ടിരിക്കുന്ന മഹത്തായ ശാസ്ത്രവും സാങ്കേതികവിദ്യയും രൂപംകൊണ്ടത്. റോക്കറ്റിന്റെയും കമ്പ്യൂട്ടറിന്റെയു മൊക്കെ അപ്പൂപ്പൻ ആ കൽക്ഷണങ്ങൾ തന്നെ.

മനുഷ്യന്റെ പൂർവികന്മാർ കല്ലുകൊണ്ട് ആയുധങ്ങൾ ഉപയോഗി ക്കാനാരംഭിച്ചതുമുതലുള്ള കാലഘട്ടത്തിന് 'പുരാതന ശിലായുഗം' എന്നാണ് ശാസ്ത്രജ്ഞന്മാർ പേരുകൊടുത്തിരിക്കുന്നത്. ഈ കാലഘട്ടം ആരംഭിച്ചത് എന്നാണെന്ന് കൃത്യമായി പറയുക പ്രയാസം. ഇന്നത്തെ അറി വുവച്ച്, 25-30 ലക്ഷം വർഷങ്ങൾക്കു മുമ്പായിരിക്കും എന്നു കരുതുന്നു.

കല്ലുകൊണ്ട് ആയുധങ്ങളുണ്ടാക്കാനുള്ള കഴിവ് നിസ്സാരമായ ഒന്നാ യിരുന്നില്ല. ഭൂമിയിൽ പലതരം ജീവികൾ നിലനിൽക്കാൻ തുടങ്ങിയിട്ട്

അപ്പോഴേക്ക് ഏതാണ്ട് 200 കോടി സംവത്സരങ്ങൾ കഴിഞ്ഞിരുന്നു എന്നോർക്കണം. പക്ഷേ അതുവരേക്കും ആയുധങ്ങൾ നിർമിക്കാൻ ഒരു ജീവിക്കും കഴിഞ്ഞില്ല. അനേക കോടി വർഷക്കാലം നീണ്ടുനിന്ന പരിണാമപ്രക്രിയയിലൂടെ, രണ്ടുകാലിൽ നിവർന്നു നടക്കാനും ചുറ്റുമുള്ള കാര്യങ്ങൾ നോക്കി മനസിലാക്കാനും ഒരു ജീവി രൂപംകൊണ്ടുവരിക യായിരുന്നു. ഈ പരിണാമത്തിന്റെ തുടർച്ചയായാണ് ഉപകരണങ്ങൾ നിർമിക്കാനുള്ള സവിശേഷമായ കഴിവ് മനുഷ്യനുണ്ടായത്.

ഉപകരണങ്ങൾ നിർമിക്കാനുള്ള കഴിവിനോടൊപ്പം സവിശേഷമായ മറ്റൊരു കഴിവ്കൂടി മനുഷ്യന് ഉണ്ടായിവന്നു. ഭാഷ ഉപയോഗിക്കാനുള്ള കഴിവ്. ഉപകരണങ്ങൾ നിർമിച്ചുപയോഗിക്കാനും മൃഗങ്ങളുടേതിൽനിന്ന് വ്യത്യസ്തമായ അക്ഷരോച്ചാരണത്തോടു കൂടിയ ഭാഷ ഉപയോഗിക്കാനും കഴിവുണ്ടായതോടെയാണ് മനുഷ്യൻ മനുഷ്യനായിത്തീർന്നത്.

അതിരിക്കട്ടെ. നമുക്ക് കല്ലുകളുടെ കഥയിലേക്ക് തിരിച്ചുവരാം. ആദ്യ മൊക്കെ നിലത്തുനിന്ന് പെറുക്കിയെടുത്ത കല്ലുകളും എല്ലിൻ കഷണ ങ്ങളും അതേപടി ഉപയോഗിച്ചിരുന്ന നമ്മുടെ പൂർവികർ ക്രമേണ കല്ലു കളുടെ അറ്റം കൂർപ്പിക്കാനും മൂർച്ചകൂട്ടാനും പഠിച്ചു. കുറേക്കൂടി കഴി ഞ്ഞപ്പോഴേക്ക് അവർ കൂർത്തുമൂർത്ത അഗ്രങ്ങളുള്ള കല്ലുളികൾ ഉണ്ടാ ക്കിത്തുടങ്ങി. ഉറപ്പുള്ള കൽക്കഷണത്തിന് മേൽ മറ്റൊരു കല്ലുകൊണ്ട് ശ്രദ്ധാപൂർവം മേടി ചീളുകൾ നീക്കം ചെയ്യുകയും പിന്നീട് കട്ടിയുള്ള മരക്കഷണങ്ങളോ എല്ലിൻ തുണ്ടുകളോ വച്ചുരച്ച് അവയുടെ മുക്കും മൂലയും കൂർപ്പിക്കുകയും ചെയ്യുന്ന നമ്മുടെ മുതുമുതു മുത്തച്ഛന്റെ രൂപം ഒന്നോർത്തുനോക്കൂ. അതെ അദ്ദേഹം തന്നെയാണ് സ്പാനറും സ്ക്രൂഡ്രൈ വരും മറ്റു പല പല ഉപകരണങ്ങളും ഉപയോഗിച്ച് ജോലിചെയ്യുന്ന ഇന്നത്തെ എഞ്ചിനീയറുടെയും ശാസ്ത്രജ്ഞന്റെയും മുൻഗാമി.

കല്ലുകൊണ്ടുള്ള ഉപകരണങ്ങൾ നിർമിക്കാനും ഉപയോഗിക്കാനു മുള്ള കഴിവ് നമ്മുടെ പൂർവികരുടെ ജീവിതത്തിൽ ഏറെ മാറ്റങ്ങൾ വരു ത്തി. വേട്ടയാടാനും ആഹാരം സമ്പാദിക്കാനുമുള്ള അവരുടെ കഴിവ് പലമടങ്ങ് വർധിച്ചു. പുതിയ നേട്ടങ്ങൾ ഓരോന്നും മനുഷ്യന്റെ കൈയു ടെയും തലച്ചോറിന്റെയും കഴിവുകൾ വർധിപ്പിച്ചുകൊണ്ടേയിരുന്നു. മനു ഷ്യൻ മൃഗത്തിൽനിന്ന് തികച്ചും വ്യത്യസ്തനായിത്തീരുകയായിരുന്നു.

കല്ലുളികളുടെ (മറ്റ് ഉപകരണങ്ങളുടെയും) നിർമാണത്തിന് വലി യൊരു പ്രത്യേകതയുണ്ട്. ഏതെങ്കിലും ഒരാൾ ഒരു കല്ലുളി ഉണ്ടാക്കാൻ പഠിച്ചതുകൊണ്ടു മാത്രം അതൊരു നേട്ടമാവുന്നില്ല. അതുണ്ടാക്കാനുള്ള അറിവ് സമൂഹത്തിന്റെ പൊതുസമ്പത്തായി തീരുകയും ആ അറിവ് വരുംകാല തലമുറകളിലേക്ക് പകരപ്പെടുകയും ചെയ്യണം.

ആദ്യം നിലത്തുകിടന്നിരുന്ന കല്ല് ഉപയോഗിക്കാനുള്ള അറിവുണ്ടാ യി. അടുത്ത തലമുറ ആ അറിവ് ഉൾക്കൊള്ളുകയും ഒപ്പം കല്ലുകളുടെ അറ്റം കൂർപ്പിക്കാനുള്ള കഴിവാർജിക്കുകയും ചെയ്യുന്നു. അങ്ങനെ തുടർച്ച യായി പുതിയ കാര്യങ്ങൾ അറിഞ്ഞും അവയുടെ അടിസ്ഥാനത്തിൽ

പുതിയ പരിഷ്കാരങ്ങൾ വരുത്തിയും ആണ് മനുഷ്യൻ പുരോഗമിച്ച ത്. അറിവിന്റെ ഈ കൈമാറ്റവും പരിഷ്കരണവും ശാസ്ത്രത്തെ സംബ ന്ധിച്ചിടത്തോളം വളരെ പ്രധാനമാണ്. ഇന്നലെവരെയുള്ള അറിവിന്റെ തുടർച്ചയായി മാത്രമേ പുതിയ അറിവ് ഉരുത്തിരിയുകയുള്ളൂ.

ക്രമത്തിൽ ക്രമത്തിൽ നമ്മുടെ പൂർവികൻ പലതും പഠിച്ചു. പുതിയ പുതിയ ഉപകരണങ്ങൾ പലതുണ്ടായി. ഉപകരണങ്ങൾ ഓരോന്നും മനു ഷ്യന്റെ ശാരീരികാവയവങ്ങളുടെ തുടർച്ചയായിരുന്നു. പല്ലുകൊണ്ടും കൈമുഷ്ടികൊണ്ടും പൊട്ടിക്കാനാവാത്തവ പൊട്ടിക്കാൻ കല്ലുളികൾ, കൈനീട്ടിപ്പറിക്കാൻ കഴിയാത്ത കായ്കനികൾ പറിക്കാൻ കമ്പ്, വായി ലൊതുങ്ങാത്ത സാധനങ്ങൾ ശേഖരിക്കാൻ കുട്ട... അങ്ങനെയങ്ങനെ. തന്റെ ചുറ്റുമുള്ള പക്ഷികളും മൃഗങ്ങളും ചെറുജീവികളുമൊക്കെ ജന്മനാ ചെയ്യുന്ന കാര്യങ്ങൾ പലതും ഉപകരണങ്ങളുപയോഗിച്ച് മനുഷ്യൻ കൂടുതൽ നന്നായി ചെയ്യാൻ പഠിച്ചു. പക്ഷികളിൽനിന്ന് അവൻ തയ്യലും നെയ്ത്തും പഠിച്ചു. കരടിയുടെയും പുലിയുടെയുമൊക്കെ രോമത്തൊലി വസ്ത്രത്തെ ക്കുറിച്ചുള്ള ആശയം അവനു നൽകി. ഓരോ പുതിയ അറിവും അവനെ കൂടുതൽ കരുത്തനാക്കി.

അങ്ങനെയിരിക്കെ നേരത്തെ നടത്തിയ കണ്ടുപിടുത്തങ്ങളെ യൊക്കെ അതിശയിക്കുന്ന ഒരു കണ്ടുപിടുത്തമുണ്ടായി. അതെന്തായി രുന്നെന്നോ? തീയുടെ കണ്ടുപിടുത്തം. തീ നമുക്ക് ഇന്നൊരത്ഭുതമല്ല. തീപ്പെട്ടിയും ലൈറ്ററുമൊക്കെ പോക്കറ്റിലിട്ടു നടക്കുന്ന നമുക്ക് ആവ ശ്യമുള്ളപ്പോൾ തീ ഉണ്ടാക്കാനും അതണയ്ക്കാനും അറിയാം. പക്ഷേ

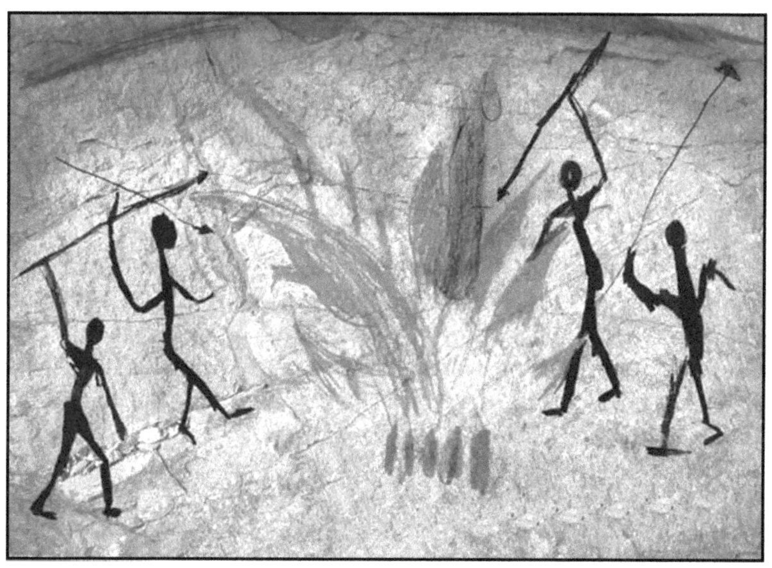

പ്രാചീന മനുഷ്യൻ തീയെ മെരുക്കുന്നു: ഒരു പെയിന്റിങ്

നമ്മുടെ പൂർവികന്റെ സ്ഥിതി അതായിരുന്നില്ല. അദ്ദേഹത്തിന് തീയെ ന്നാൽ എന്തെന്നുപോലും അറിവില്ലായിരുന്നു. മറ്റു ജീവികളെപ്പോലെ, കാട്ടുമരങ്ങൾ കൂട്ടിയുരുമ്മി തീയുണ്ടാകുന്നതും അത് ആളിപ്പടരുന്നതും നോക്കി അവൻ അമ്പരന്നു നിന്നിരിക്കും. അതവനെ പേടിപ്പിച്ചിരിക്കും. പക്ഷേ ഒടുവിലവൻ തീയെ മെരുക്കാൻ പഠിച്ചു. അത് എന്ന്, എങ്ങനെ സംഭവിച്ചു എന്ന കാര്യം ഇന്ന് നമുക്കറിവില്ല. കല്ലുകൾ കൂട്ടിയുരസിയാ യിരിക്കും അവനാദ്യം തീയുണ്ടാക്കിയതെന്ന് കരുതപ്പെടുന്നു.

തീ കണ്ടുപിടിച്ചതോടെ, അതുവരെ കായ്കനികളും പച്ചയിറച്ചിയും കഴിച്ച് മൃഗതുല്യനായി കഴിഞ്ഞിരുന്ന നമ്മുടെ പൂർവികൻ ആഹാരം പാകം ചെയ്തു കഴിക്കാൻ തുടങ്ങി. അതവന്റെ ശരീരത്തിന്റെയും തലച്ചോറിന്റെയും വളർച്ചയെ വളരെയേറെ സഹായിച്ചു. കളിമൺ പാത്രങ്ങളുണ്ടാക്കാനും വെള്ളം തിളപ്പിക്കാനുമൊക്കെ അവൻ പഠിച്ചു. ചൂടേൽക്കുമ്പോൾ വസ്തു ക്കൾക്കു വരുന്ന മാറ്റം അവൻ ശ്രദ്ധിക്കാൻ തുടങ്ങി... ഈ അറിവ് എത്ര പ്രധാനമാണെന്നറിയണമെങ്കിൽ, ഒരു നിമിഷനേരത്തേക്ക്, തീയില്ലാത്ത ലോകത്തെക്കുറിച്ചാലോചിച്ചുനോക്കണം... തീയില്ലെങ്കിൽ, ആഹാരം പാകംചെയ്യാനോ വെള്ളം തിളപ്പിക്കാനോ കഴിയില്ല. അതുപോകട്ടെ വാഹനങ്ങളോടുമോ? തീവണ്ടിയുണ്ടാവുമോ? ലോഹങ്ങളുണ്ടാകുമോ? ഇല്ല. ഇന്നു നാം കാണുന്ന നേട്ടങ്ങളൊന്നുമുണ്ടാവില്ല. തീയുടെ പ്രാധാന്യം മനസിലായില്ലേ?

നമ്മുടെ പൂർവികരുടെ അറിവും കഴിവും വർധിച്ചുകൊണ്ടേയിരുന്നു. അവരുടെ ആയുധങ്ങളുടെയും മറ്റു കണ്ടുപിടുത്തങ്ങളുടെയും വൈവിധ്യം കൂടിക്കൂടി വന്നു. ആദ്യമുണ്ടാക്കിയിരുന്നതിനേക്കാൾ കൂടുതൽ മെച്ച പ്പെട്ട കല്ലുളികൾ, ആനകളെയും മറ്റും വേട്ടയാടാൻ പറ്റിയ കുന്തങ്ങൾ, കവണകൾ, തുകലുകൊണ്ടും കളിമണ്ണുകൊണ്ടും ഉണ്ടാക്കിയ പാത്രങ്ങൾ, ഏറുവടികൾ, ബൂമറാങ്, രോമക്കുപ്പായങ്ങൾ... പുരാണ ശിലായുഗത്തിലെ കണ്ടുപിടുത്തങ്ങളുടെ കൂട്ടത്തിൽ ഇവയെല്ലാം പെടുന്നു. പുരാതന ശിലാ യുഗത്തിലെ ഏറ്റവും ശ്രദ്ധേയമായ കണ്ടുപിടുത്തങ്ങളിലൊന്നാണ് അമ്പും വില്ലും. ലോകത്തിലെ ഏറ്റവുമാദ്യത്തെ യന്ത്രമാണ് അതെന്ന് പറയാം.

മറ്റു പലതരത്തിലുള്ള നേട്ടങ്ങളും ആദിമമനുഷ്യർക്ക് കൈവന്നിരുന്നു. അവരുടെ ഭാഷ കൂടുതൽ വികസിച്ചു. തിരിച്ചറിഞ്ഞ വസ്തുക്കൾക്ക് പേരു കൾ നൽകാനും ആശയങ്ങളും വികാരങ്ങളും പ്രകടിപ്പിക്കാനുമെല്ലാം ഭാഷ ഉപയോഗിക്കാൻ തുടങ്ങി. കൂട്ടായ പ്രവർത്തനവും ഭാഷയും കൂടി ചേർന്ന് മനുഷ്യന്റെ സാമൂഹ്യജീവിതത്തെ കൂടുതൽ ദൃഢതരമാക്കി. പലതരം ആചാരങ്ങളും ചടങ്ങുകളും നിലവിൽ വന്നു. മാനവസംസ്കാരം പതിയെപ്പതിയെ നാമ്പിട്ടുതുടങ്ങി...

ഈ സംസ്കാരത്തിന്റെ ഭാഗമായാണ് ശാസ്ത്രവും ഉടലെടുത്തത്. ഇന്ന് നാം അറിയുന്ന തരത്തിലുള്ള ശാസ്ത്രത്തിന്റെ നാമ്പുകൾ ഓരോ ന്നായി വിടർന്നുവരുന്നത് നോക്കൂ.

തനിക്കു ചുറ്റുമുള്ള കല്ലുകൊണ്ടും മരംകൊണ്ടുമൊക്കെ ആയുധ മുണ്ടാക്കാൻ തുടങ്ങിയതോടെ മനുഷ്യൻ ആ പദാർഥങ്ങളുടെ ഓരോ ന്നിന്റെയും ഗുണങ്ങൾ ശ്രദ്ധിക്കാൻ തുടങ്ങി. ചിലതരം കല്ലുകൾക്ക് നല്ല ഉറപ്പ്, ചിലത് വേഗത്തിൽ പൊട്ടിപ്പോകുന്നു. മരം നനവുതട്ടിയാൽ കേടു വരും. വിവധതരം പദാർഥങ്ങളുടെ ഗുണദോഷങ്ങളെക്കുറിച്ചുള്ള അറിവ് ഭൗതിക ശാസ്ത്രത്തിന് അടിത്തറ പാകി.

കായ്കനികൾ ശേഖരിക്കുകയും കാട്ടുമൃഗങ്ങളെ വേട്ടയാടുകയും ചെയ്യുന്നതിനിടയിൽ, സസ്യങ്ങളുടെയും മൃഗങ്ങളുടെയും സ്വഭാവവിശേ ഷങ്ങൾ കൂടുതൽ കൂടുതലായി അവന്റെ ശ്രദ്ധയിൽപ്പെടാൻ തുടങ്ങി. വൃക്ഷങ്ങളും ചെടികളും കായ്ക്കുന്നതും പൂക്കുന്നതുമെങ്ങനെ? എവിടെ? എന്നെല്ലാം അവൻ മനസിലാക്കാനാരംഭിച്ചു. നായാട്ടിലൂടെ വിവിധതരം മൃഗങ്ങളുടെ സ്വഭാവങ്ങളെക്കുറിച്ചുള്ള അവന്റെ അറിവുകൾ വർധിച്ചു. പുതിയ ഉപകരണങ്ങൾകൊണ്ട് മൃഗങ്ങളെ കീറാനും മുറിക്കാനും തുട ങ്ങിയതോടെ അവയുടെ ആന്തരികാവയവങ്ങളെക്കുറിച്ച് പല പുതിയ കാര്യങ്ങളും മനസിലായി. ജന്തുശാസ്ത്രത്തിന്റെയും സസ്യശാസ്ത്ര ത്തിന്റെയും വൈദ്യശാസ്ത്രത്തിന്റെയുമൊക്കെ ആദ്യനാമ്പുകൾ ഈ അറിവുകളിൽ കാണാം.

അമ്പും വില്ലും കണ്ടുപിടിച്ചതിനെക്കുറിച്ച് പറഞ്ഞുവല്ലോ. അമ്പ് ലോകത്തിലെ ഏറ്റവുമാദ്യത്തെ യന്ത്രമാണ്. വില്ലിൽ ശേഖരിച്ച ഊർജം നിയന്ത്രിച്ചാണ് അമ്പയയ്ക്കുന്നത്. അമ്പയയ്ക്കുന്നതിന് മുമ്പ് അത് എവി ടെച്ചെന്നു കൊള്ളണം എന്ന ധാരണയുണ്ടാവണം. ബലതന്ത്രത്തിന്റെ തുടക്കം ഇവിടെനിന്നാണ്.

തീയെ മെരുക്കാൻ കഴിഞ്ഞത് വമ്പിച്ച നേട്ടമായിരുന്നു. തീയുടെ ഉപയോഗം ചൂടുതട്ടുമ്പോൾ വസ്തുക്കൾക്കുണ്ടാകുന്ന മാറ്റങ്ങൾ ശ്രദ്ധി ക്കാൻ മനുഷ്യനെ പ്രേരിപ്പിച്ചു. രസതന്ത്രത്തിന്റെ തുടക്കം അവിടെനി ന്നാണ്. പുരാതന മനുഷ്യന്റെ അടുക്കളയിൽനിന്നാണ് രസതന്ത്രത്തിന്റെ തുടക്കം എന്നുപറയാറുണ്ട്.

അങ്ങനെ പുരാതന ശിലായുഗത്തിന്റെ അവസാനമായപ്പോഴേക്കും ഭൗതിക വിജ്ഞാനത്തിന്റെയും ബലതന്ത്രത്തിന്റെയും അതുപോലെ തന്നെ രസതന്ത്രം, ജീവശാസ്ത്രം എന്നിവയുടെയും ആദ്യനാമ്പുകൾ മൊട്ടിട്ടു കഴിഞ്ഞിരുന്നതായി കാണാം. ഈ അറിവുകൾ താൻ ജീവി ക്കുന്ന പ്രകൃതിയെ നിയന്ത്രിക്കുവാനുള്ള മനുഷ്യന്റെ കഴിവ് വർധിപ്പിച്ചു. ഒപ്പം പ്രകൃതിയിലും പലതരത്തിലുമുള്ള മാറ്റങ്ങളുണ്ടായിത്തുടങ്ങി. തുടർച്ചയായി വേട്ടയാടുകയും കായ്കനികൾ ശേഖരിക്കുകയും ചെയ്യു മ്പോൾ ഉണ്ടാകുന്ന മാറ്റങ്ങൾ, കാലാവസ്ഥയിലുണ്ടാകുന്ന മാറ്റങ്ങൾ അങ്ങനെ പലതും. ഈ മാറ്റങ്ങൾ പുതിയൊരു ജീവിതരീതിയിലേക്ക് മനു ഷ്യനെ നയിച്ചു. അതിന്റെ കഥ വഴിയെ പറയാം.

പത്തുമുപ്പതുലക്ഷം വർഷങ്ങളുടെ ചരിത്രത്തിലൂടെ അതിവേഗ ത്തിൽ ഓടിപ്പോവുകയാണ് നാം ചെയ്തത്. ഈ ഓട്ടപ്രദക്ഷിണ

ത്തിനിടയിൽ നാം കണ്ടതെന്താണ്... മനുഷ്യന്റെ വികാസം. ഒപ്പം ശാസ്ത്രത്തിന്റെയും... ശാസ്ത്രം എവിടെ നിന്നാണ് ഉണ്ടായിവന്നതെന്ന് നാം കണ്ടു. നമ്മുടെ പൂർവികരായ ആദിമമനുഷ്യരുടെ ജീവിതത്തിൽനിന്നും അധ്വാനത്തിൽ നിന്നുമാണ് അതിന്റെ തുടക്കം. പ്രകൃതിയുമായി മല്ലിട്ട് ജീവിക്കാൻ അവർ നടത്തിയ പരിശ്രമങ്ങളിൽ നിന്നാണ് ശാസ്ത്രം ആരംഭിച്ചത്. ജീവിതത്തിൽനിന്ന് വേറിട്ട് ശാസ്ത്രമില്ല.

ഏതാണ്ട് 8000 കൊല്ലം മുമ്പ് ഭക്ഷ്യോൽപ്പാദനത്തിൽ വലിയൊരു വിപ്ലവം തുടങ്ങി. മനുഷ്യന്റെ ഭൗതികവും സാമൂഹ്യവുമായ ജീവിതരീതിയെ അത് അപ്പാടെ മാറ്റിമറിച്ചു.

ജെ ഡി ബർണൽ

5

വയലിലേക്കിറങ്ങിയപ്പോൾ

പാച്ചുമൂപ്പർ കൊയ്ത്തുനടക്കുന്ന വയലിന്റെ കരയിലൂടെ റോഡി ലേക്ക് നടക്കുമ്പോഴാണ് പുറകിൽ നിന്നൊരു വിളികേട്ടത്. തിരിഞ്ഞു നോക്കിയപ്പോൾ ദുബായിൽനിന്ന് ലീവിൽ വന്ന മുഹമ്മദ്കുട്ടിയാണ്.

"എന്തൊക്കെയാ മൂപ്പരേ." മുഹമ്മദുകുട്ടി കുശലം ചോദിച്ചു.

"ഒരുമാതിരിയൊക്കെ ഇങ്ങനെ പോണൂ." മൂപ്പരുടെ മറുപടി.

പലതും പറഞ്ഞ് അവരുടെ കുശലം കൃഷിയിലെത്തി. ഈ കൃഷി പ്പണിയൊക്കെ ഉപേക്ഷിക്കേണ്ട കാലമായി എന്നാണ് മുഹമ്മദുകുട്ടിയുടെ അഭിപ്രായം.

"കൃഷിയിൽനിന്നൊന്നും ഒരു ലാഭവുമില്ലെന്നേയ്. വല്ല വ്യവസായ ങ്ങളും തുടങ്ങിയാലല്ലാതെ നാട് നന്നാവാൻ പോണില്ല..."

നാട് നന്നാവാൻ പലതും ചെയ്യണമെന്ന കാര്യത്തിൽ മൂപ്പർക്ക് അഭി പ്രായവ്യത്യാസമൊന്നും ഇല്ല. പക്ഷേ കൃഷി ഉപേക്ഷിക്കാൻ പറ്റുമോ?

"വ്യവസായമൊക്കെ വേണം. എന്നാലും കൃഷി ഉപേക്ഷിക്കാൻ പറ്റ്വോ മുഹമ്മദുട്ട്യേ. പണ്ടേക്കു പണ്ടേയുള്ള ഏർപ്പാടല്ലേ..."

*   *   *

അവരുടെ കുശലം നടക്കട്ടെ. പാച്ചുമൂപ്പർ പറഞ്ഞത് ശരിയാണ്. കൃഷി പണ്ടേക്കുപണ്ടേയുള്ള ഏർപ്പാടാണ്. പാച്ചുമൂപ്പർക്ക് ഓർമവച്ചകാലം മുതൽ, അതിന് എത്രയോ മുമ്പുമുതൽ, കൃഷിയുണ്ട്. ഞങ്ങളുടെ നാട്ടിൽ ആരാണ് ആദ്യം കൃഷി തുടങ്ങിയത് എന്നു ചോദിച്ചാൽ പാച്ചുമൂപ്പർക്കുപോലും ഉത്തരം പറയാൻ പറ്റില്ല.

ഉദ്ദേശം 12000 വർഷങ്ങൾക്കുമുൻപാണ് കൃഷി ആരംഭിച്ചത്. മനു ഷ്യചരിത്രത്തിലെ ഏറ്റവും മഹത്തായ സംഭവങ്ങളിലൊന്നാണ് കൃഷി. കൃഷി ആരംഭിച്ചതോടെ വേട്ടയാടിയും കായ്കനികൾ ശേഖരിച്ചും കഴി

ഞ്ഞിരുന്ന നമ്മുടെ പൂർവികരുടെ ജീവിതരീതി അപ്പാടെ മാറിപ്പോയി.

പടിഞ്ഞാറൻ ഏഷ്യയിലെ ഏതെങ്കിലും നദീതടത്തിലായിരിക്കണം കൃഷി ആരംഭിച്ചിരിക്കുക എന്നു കരുതപ്പെടുന്നു. വേട്ടയാടിയും കായ്ക നികൾ ശേഖരിച്ചും കഴിഞ്ഞുകൂടിയ കാലത്ത് സസ്യങ്ങളെക്കുറിച്ചും അവയുടെ വളർച്ചയെക്കുറിച്ചും മനുഷ്യർ ഏറെ കാര്യങ്ങൾ മനസിലാ ക്കി. ഈ അറിവായിരിക്കണം കൃഷി ആരംഭിക്കാൻ മനുഷ്യരെ പ്രേരി പ്പിച്ചത്. ഭൂപ്രകൃതിയിലും കാലാവസ്ഥയിലും വന്ന മാറ്റങ്ങളും വ്യാപക മായ വേട്ടയാടൽ മൂലമുണ്ടായ ഭക്ഷ്യദൗർലഭ്യവുമൊക്കെ അതിലേക്ക് നയിച്ച മറ്റു കാരണങ്ങളാണ്.

കൃഷി ആരംഭിച്ചതോടെ മനുഷ്യന്റെ ജീവിതത്തിൽ വിപ്ലവകരമായ ഏറെ മാറ്റങ്ങളുണ്ടായി. പഴയതുപോലെ അലഞ്ഞുതിരിഞ്ഞു നടക്കാൻ പറ്റില്ല. സ്ഥിരമായി ഒരിടത്തു താമസിക്കണം. അങ്ങനെ മനുഷ്യർ നദീതട ങ്ങളിൽ താമസമാരംഭിച്ചു. തുടർന്ന് വീടുകളും ഗ്രാമങ്ങളും നഗരങ്ങളു മുണ്ടായി. ഈ നദീതടങ്ങളിലാണ് പിൽക്കാലത്ത് മഹത്തായ സംസ് കാരങ്ങൾ ഉടലെടുത്ത്. സിന്ധുനദീതടസംസ്കാരത്തെയും നൈൽ നദീതടസംസ്കാരത്തെയുമൊക്കെ കുറിച്ച് കേട്ടിട്ടില്ലേ?

കൃഷി ചെയ്യുന്ന മനുഷ്യൻ പലതുമറിഞ്ഞേ പറ്റൂ. ഇന്ന് വിതയ്ക്കുന്ന വിത്ത് വളരാനും കതിരുപൊട്ടാനും എത്ര സമയമെടുക്കും, എന്ന് കൊയ്യാ റാവും എന്നൊക്കെ അറിയണം. അതായത് പ്രകൃതിയിൽ നടക്കുന്ന കാര്യങ്ങൾ മുൻകൂട്ടി കാണാനുള്ള കഴിവുണ്ടാകണം... ഇത് ശാസ്ത്ര ത്തിന്റെ വളർച്ചയിലെ വളരെ പ്രധാനപ്പെട്ട ഒരു ഘടകമാണ്. ഇന്ന് ശാസ്ത്രജ്ഞർ നടത്തുന്ന പല തരത്തിലുമുള്ള ആസൂത്രണത്തിന്റെ തുടക്കം ഇവിടെനിന്നാണ്.

നൈൽ നദി

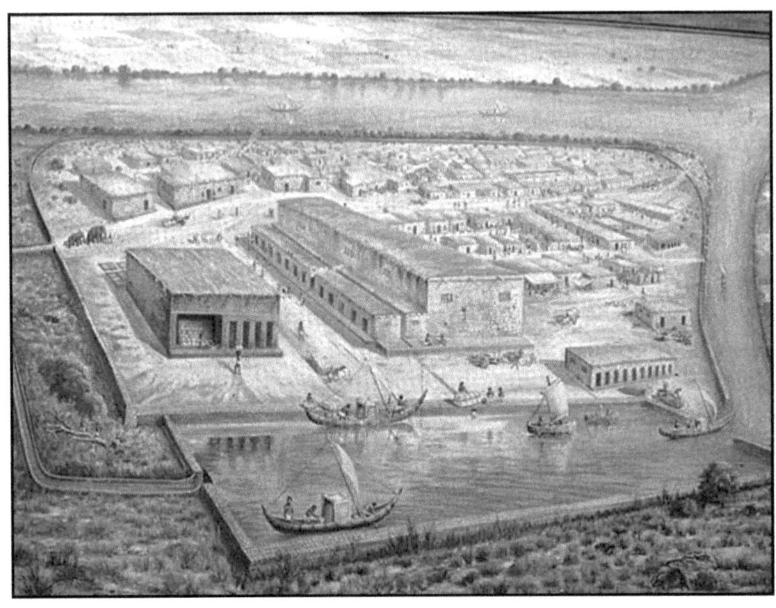

സിന്ധുനദിതട സംസ്കാരം ഒരു പെയിന്റിങ്

കൃഷി വികാസം പ്രാപിക്കുന്നതിനിടയിൽ പല തരത്തിലുമുള്ള കന്നു കാലികളെ പോറ്റിവളർത്താനും അവയെക്കുറിച്ച് കൂടുതൽ കാര്യങ്ങൾ പഠിക്കാനും മനുഷ്യനു കഴിഞ്ഞു. അതുപോലെ ഒട്ടനവധി പുതിയ ആയു ധങ്ങളും ഉപകരണങ്ങളുമുണ്ടാക്കാൻ കൃഷിക്കാരനായി മാറിയ മനുഷ്യൻ നിർബന്ധിതനായി. മെച്ചപ്പെട്ട കല്ലുളികൾ, കൽക്കത്തികൾ എന്നിവ യാണ് ആദ്യമുണ്ടായത്. മനുഷ്യർ കല്ലുകൊണ്ടുള്ള പരിഷ്കരിച്ച ആയു ധങ്ങൾ നിർമിച്ചിരുന്ന കാലഘട്ടത്തെ 'നവീനശിലായുഗം' എന്നു വിളി ച്ചുവരുന്നു.

ഇതോടൊപ്പം തന്നെ, കുട്ടയുണ്ടാക്കൽ, നെയ്ത്ത്, കളിമൺപാത്രനിർ മാണം, ചക്രനിർമാണം എന്നിവയും ആവിർഭവിച്ചു. നേരത്തെ തീയുടെ കാര്യം പറഞ്ഞില്ലേ. അതുപോലെതന്നെ പ്രധാനപ്പെട്ട ഒന്നാണ് ചക്രത്തിന്റെ കണ്ടുപിടുത്തം. മലയോരങ്ങളിൽനിന്ന് ഉരുണ്ടുവന്നിരുന്ന തടിക്കഷണ ങ്ങളിൽ നിന്നായിരിക്കണം ചക്രമെന്ന ആശയം മനുഷ്യന് കിട്ടിയത്. ഈ ആശയം പലതരത്തിൽ പരിഷ്കരിച്ചാണ് ഇന്നത്തെ രൂപത്തിലുള്ള ചക്ര ങ്ങളുണ്ടായത്. ചക്രങ്ങളില്ലാത്ത ഒരു ലോകത്തെക്കുറിച്ച് നമുക്കിന്ന് സങ്കൽപ്പി ക്കാനാവുമോ? നിലം ഉഴുന്നതിനും കിളയ്ക്കുന്നതിനും കൊയ്ത്ത്, മെതി എന്നിവ നടത്തുന്നതിനുമുള്ള ആയുധങ്ങൾ ഉണ്ടായിവന്നതും ഇക്കാല ത്തുതന്നെ.

ഈ മാറ്റങ്ങളുടെയെല്ലാം ഫലമായി മനുഷ്യരുടെ സാമൂഹ്യജീവി

തമാകെ പുതിയൊരു രൂപത്തിലായി. കൃഷിയിലൂടെ ധാരാളം ഭക്ഷണ സാധനങ്ങൾ ഉൽപ്പാദിപ്പിക്കാൻ കഴിഞ്ഞതോടെ എല്ലാവരും എന്നും വേല ചെയ്യേണ്ടെന്നായി. അതോടെ മനുഷ്യരിൽ കുറേപ്പേർക്കെങ്കിലും വിശ്ര മിക്കാൻ നേരമുണ്ടായി. വിവിധ കലാരൂപങ്ങളുടെയും വിജ്ഞാനശാഖ കളുടെയും വികാസത്തിന് വഴിതെളിഞ്ഞു.

മനുഷ്യർ കൂട്ടായി ജീവിക്കാനും കൃഷിയിലും ഉപകരണ നിർമാ ണത്തിലും കൂടുതൽ സഹകരിക്കാനും തുടങ്ങിയതോടെ ഗ്രാമങ്ങൾ ഉട ലെടുത്തു. കൃഷിയുമായി ബന്ധപ്പെട്ടുള്ള പലതരം ആചാരങ്ങളും അനു ഷ്ഠാനങ്ങളും ഉരുത്തിരിഞ്ഞു. കാലാകാലം മഴ ലഭിക്കാൻ, വിളവുക ളുടെ അഭിവൃദ്ധിക്ക്, ധാന്യങ്ങൾ നശിക്കാതിരിക്കാൻ... ഇങ്ങനെ പല തരം അനുഷ്ഠാനങ്ങൾ. ഇവയിൽ നിന്നാണ് പിൽക്കാലത്ത് മതവും മതാ ചാരങ്ങളും രൂപം പൂണ്ടത്.

കാലം ചെന്നതോടെ ഗ്രാമങ്ങളുടെ എണ്ണം വർധിച്ചു. തുടർന്ന് നഗ രങ്ങളും നാഗരിക സംസ്കാരങ്ങളും ഉടലെടുത്തു. നഗരങ്ങളിൽ കോട്ടകളും ദേവാലയങ്ങളും ധാന്യപ്പുരകളും വിശാലമായ വീഥികളുമുണ്ടായി... നഗ രങ്ങളുടെ രൂപീകരണത്തോടെ പൂജാരികൾ, കൃഷിക്കാർ, കൂലിവേല ക്കാർ എന്നിങ്ങനെ വിവിധ ജനവിഭാഗങ്ങൾ ഉണ്ടായി. ഈ നഗരങ്ങൾ വളർന്നാണ് പിൽക്കാലത്ത് രാഷ്ട്രങ്ങളും ഭരണകൂടവും രാജാവും പട്ടാ ളവും അടിമകളും അടിമയുടമകളുമൊക്കെ ഉണ്ടായത്. ഇതോടെ ഈജി പ്തിന്റെയും ബാബിലോണിയയുടെയും സിന്ധുനദീതട സംസ്കാരത്തി ന്റെയുമൊക്കെ കാലമായി.

പുരാതന ശിലായുഗകാലത്ത് വളരെ പതുക്കെയാണ് മാറ്റങ്ങൾ കടന്നു വന്നത്. പക്ഷേ കൃഷിയുടെ ആരംഭംതൊട്ട് മാറ്റങ്ങളുടെ ഗതിവേഗം പല മടങ്ങ് വർധിച്ചു. ഏതാണ്ട് 8000 വർഷങ്ങൾക്കുമുൻപ്, പശ്ചിമേഷ്യയിലെ കൃഷിക്കാരും കൈവേലക്കാരുമായ മനുഷ്യർ മറ്റൊരു മഹത്തായനേട്ടം കൈവരിച്ചു. അവർ ലോഹങ്ങൾ ഉരുക്കാനും അതുപയോഗിച്ച് പലവിധ ആഭരണങ്ങളും ആയുധങ്ങളും പാത്രങ്ങളും നിർമിക്കാനും പഠിച്ചു. അതോടെ അനേകലക്ഷം വർഷങ്ങൾ നീണ്ടുനിന്ന ശിലായുഗം അവസാ നിക്കുകയായി.

മെച്ചപ്പെട്ട കളിമൺ പാത്രങ്ങളും കൗതുക വസ്തുക്കളും ഉണ്ടാ ക്കാനുള്ള പരിശ്രമത്തിനിടയിലായിരിക്കണം മനുഷ്യൻ ലോഹം കണ്ടെ ത്തിയതെന്ന് കരുതപ്പെടുന്നു. ആദ്യമായി കണ്ടെത്തിയത് സ്വർണവും ചെമ്പുമാണ്. പിന്നീട് ടിൻ ലോഹവും ചെമ്പും ചേർത്ത് വെങ്കലമുണ്ടാ ക്കുന്ന വിദ്യ അവർ മനസിലാക്കി. ഇന്നത്തെ ഇറാൻ, തുർക്കി എന്നീ പ്രദേശങ്ങളിൽനിന്നും 8000 വർഷങ്ങൾ പഴക്കമുള്ള ലോഹവസ്തുക്കൾ കണ്ടെടുത്തിട്ടുണ്ട്.

വെള്ളത്തിലും കരയിലും സഞ്ചരിക്കുന്നതിനുള്ള പലവിധത്തിലുള്ള ഉപാധികൾ ഇക്കാലത്താണ് രൂപംകൊണ്ടത്. നദികളിൽ സഞ്ചരിക്കുന്ന തിന് ആദ്യകാലമനുഷ്യർ ഉപയോഗിച്ചിരുന്ന പൊങ്ങുതടികളിൽനിന്നും ചങ്ങാടങ്ങളിൽനിന്നും പതുക്കെപ്പതുക്കെ പായ്ക്കപ്പലുകൾ വികസിച്ചു.

മനുഷ്യർ കടൽ കുറുകെ മുറിച്ച് യാത്രയാരംഭിക്കുകയായി. ചക്രങ്ങളുടെ കണ്ടുപിടുത്തത്തോടെ കരയിൽ സഞ്ചരിക്കുന്ന ഉന്തുവണ്ടികളും കാള വണ്ടികളും മറ്റും ആവിർഭവിച്ചുതുടങ്ങി.

മനുഷ്യനും അവന്റെ സംസ്കാരവും വികാസം പ്രാപിച്ചതിനൊപ്പം ശാസ്ത്രവും മുന്നേറിക്കൊണ്ടിരുന്നു. കൃഷി വികസിച്ചതോടെ പലതരത്തി ലുള്ള അളവുകൾ പ്രചാരത്തിലായി. കന്നുകാലികളുടെ എണ്ണം സൂക്ഷി ക്കാൻ, ധാന്യങ്ങൾ അളക്കുന്നതിന്, വസ്ത്രങ്ങളുടെ അളവെടുക്കുന്ന തിന് തുടങ്ങിയ ആവശ്യങ്ങൾക്കായിട്ടാവണം അളവുകളുണ്ടായത്. കൃഷി ഭൂമി അളന്നുതിരിക്കുന്ന സമ്പ്രദായത്തിൽനിന്നാണ് 'ജ്യാമെട്രി'യുടെ തുടക്കം. ജ്യാമെട്രി എന്ന വാക്കിന്റെ അർഥംതന്നെ 'ഭൂമി അളക്കൽ' എന്നാ ണ്. ലോഹങ്ങളുടെ കണ്ടുപിടുത്തത്തോടെ തൂക്കം കണ്ടുപിടിക്കുന്നതി നുള്ള ത്രാസുകളുണ്ടായി. പിൽക്കാലത്ത് കൂറ്റൻ സ്തംഭങ്ങളും ഗോപു രങ്ങളുമൊക്കെ ഉണ്ടാക്കാൻ പഠിച്ച മനുഷ്യൻ അളവുകളുടെ ശാസ്ത്രം വീണ്ടും വികസിപ്പിച്ചു.

കൃഷിയുമായി ബന്ധപ്പെട്ട് പ്രകൃതിയിൽ നടക്കുന്ന മാറ്റങ്ങൾ ശ്രദ്ധി ക്കേണ്ടി വന്നപ്പോൾ മനുഷ്യന്റെ അറിവ് വീണ്ടും വിശാലമായി. കൃഷി ക്കാരന് മഴയുടെയും വെയിലിന്റെയും മഞ്ഞിന്റെയും വരവും പോക്കും അറിഞ്ഞേപറ്റൂ. അങ്ങനെ അവൻ കാലാവസ്ഥയിലുള്ള മാറ്റങ്ങൾ ശ്രദ്ധിച്ചു. അതുമായി ബന്ധപ്പെടുത്തി ചന്ദ്രനെയും സൂര്യനെയും നക്ഷത്രങ്ങളെയും നീരീക്ഷിക്കാൻ പഠിച്ചു.... കാലാവസ്ഥയെക്കുറിച്ചുള്ള വിവരങ്ങൾ ക്രോഡീ കരിച്ചുകൊണ്ടുള്ള പഞ്ചാംഗങ്ങൾ നിർമിച്ചുതുടങ്ങി. ജ്യോതിശാസ്ത്ര ത്തിന്റെയും പിന്നെ ഇന്നത്തെ ബഹിരാകാശ ശാസ്ത്രത്തിന്റെയുമൊക്കെ തുടക്കം ഇവിടെ നിന്നാണ്.

മനുഷ്യസംസ്കാരത്തിന്റെ എക്കാലത്തെയും മഹത്തായ നേട്ടങ്ങ ളിലൊന്നായ എഴുത്തുവിദ്യ ആവിർഭവിച്ചതും ഇക്കാലത്തുതന്നെ. ആദ്യ കാലത്ത് ചിത്രങ്ങൾ വഴിയായിരുന്നു എഴുത്ത്. പിന്നീട് ചിത്രാക്ഷരങ്ങളും ക്രമേണ അവ ലോപിച്ച് അക്ഷരങ്ങളും ഉണ്ടായി...

ഈജിപ്തിലും മെസൊപ്പൊട്ടേമിയയിലും ചൈനയിലും സിന്ധുന ദീതടത്തിലുമായി പരന്നുകിടക്കുന്ന മഹത്തായ സംസ്കാരങ്ങളിലൂടെയാണ് നാം കടന്നുപോന്നത്. ഈ കാലഘട്ടത്തിന്റെ അവസാനമായപ്പോഴേക്കും മനുഷ്യൻ മഹത്തായൊരു വിജ്ഞാനത്തിന്റെ ഉടമയായിക്കഴിഞ്ഞിരുന്നു. ലോഹങ്ങൾ കൈകാര്യം ചെയ്യാനും എഴുതാനും നക്ഷത്രങ്ങളെയും ഗ്രഹ ങ്ങളെയും നിരീക്ഷിക്കാനും അറിയുന്ന മനുഷ്യരുടെ കാലഘട്ടമാണത്.

പക്ഷേ അന്നത്തേക്ക് ശാസ്ത്രം സാധാരണമനുഷ്യരുടെ ജീവിത ത്തിൽനിന്ന് അകലാൻ തുടങ്ങിയിരുന്നു. കഠിനാധ്വാനത്തിൽ മുഴുകേ ണ്ടവരും, ഭരിക്കുന്നവരും ഭരിക്കപ്പെടുന്നവരുമായി സമൂഹം വേർതിരി ഞ്ഞപ്പോൾ, ശാസ്ത്രകാര്യങ്ങൾ ഏറിയകൂറും ഉള്ളവരുടെയും വിശ്രമി ക്കാൻ നേരമുള്ളവരുടെയും ഭരിക്കുന്നവരുടെയും കാര്യമായി മാറി.

വിഭജിക്കപ്പെട്ട ഇസ്രയേലും യൂദനാടും നാശങ്ങൾക്ക് അടിപ്പെട്ടിരിക്കെ, യഹൂദന്മാർ ബാബിലോണിയയിലെ കാരാഗൃഹങ്ങളിൽ കഴിയവെ, മനു ഷ്യമനസിനുമേൽ ആധിപത്യം സ്ഥാപിച്ച വേറൊരു മഹാശക്തി ഉദയം ചെയ്തു: ഗ്രീക്ക് സംസ്കാരം... അത് മനുഷ്യമനസിനെ ഒരു പുത്തൻ സരണിയിലൂടെ, മാനസികമായ ഒരു വീരചരിതാനുഭൂതിയിലൂടെ പരി ശീലിപ്പിക്കാൻ തുടങ്ങി.

എച്ച് ജി വെൽസ്

6

കുതിരപ്പുറത്ത് കുന്തവുമേന്തി

പാച്ചുമൂപ്പർ വെട്ടുകത്തിയുമായി രാവിലെ ഇറങ്ങിത്തിരിച്ചതാണ്. ആരെയും 'വെട്ടിക്കൊല്ലാനല്ല'. അമ്മാളുവമ്മ കുറെ ദിവസമായി പറ യുന്നു അതിന്റെ മടങ്ങിയ വക്കൊന്ന് നിവർത്തുകയും മൂർച്ച കൂട്ടുകയും ചെയ്യണമെന്ന്. രണ്ടുദിവസം മൂപ്പർ കരുവാൻ (കൊല്ലൻ) ഗോപാല നെയും അന്വേഷിച്ച് ആലയിൽ പോയി. രണ്ടുതവണയും ഗോപാലനെ കണ്ടുകിട്ടിയില്ല. ആലയിൽ പണിയൊന്നുമില്ലാത്തതുകൊണ്ട് ഗോപാലൻ മറ്റെന്തോ പണിക്കു പോയിരിക്കുകയാണ്. ഒരു പ്രാവശ്യംകൂടി നോക്കാ മെന്നു കരുതിയാണ് ഇന്നും മൂപ്പർ കത്തിയുമായി ഇറങ്ങിയത്. ഹാവൂ! ഏതായാലും ഗോപാലൻ സ്ഥലത്തുണ്ട്.

മൂപ്പർ ആലയിലെത്തിയപ്പോൾ ഗോപാലൻ ഉലയൂതിക്കൊണ്ടിരിക്ക യാണ്. മുന്നിൽ കനൽക്കൂമ്പാരത്തിൽ ഒരു ഇരുമ്പുകഷണം ചുവന്നു കിടക്കുന്നു. മൂപ്പരെ കണ്ടപ്പോൾ ഗോപാലൻ പറഞ്ഞു:

"മൂപ്പർ വന്ന വിവരം കല്യാണി പറഞ്ഞു. ഞാൻ കോയമ്പ ത്തൂർവരെ പോയതാ; ഒരു ജോലി കിട്ടുമോ എന്നുനോക്കാൻ. ഈ നാട്ടു മ്പുറത്തുണ്ടോ കരുവാന്മാർക്ക് പണി?"

ഗോപാലൻ കവണകൊണ്ട് ചുട്ടുപഴുത്ത ഇരുമ്പുകഷണം ഒന്നു തിരിച്ചിട്ട് തുടർന്നു; "മുത്തച്ഛന്റെ കാലം മുതൽക്കുള്ള ആലയായതു കൊണ്ടാ ഞാൻ ഇത് പൊളിക്കാതിരിക്കുന്നത്."

പാച്ചുമൂപ്പർ പലതും ഓർത്തു. ഗോപാലൻ പറയുന്നതൊക്കെ ശരി യാണ്. ഇപ്പോൾ ഇരുമ്പുസാധനങ്ങളൊക്കെ പട്ടണത്തിലെ കമ്പനിക ളിൽനിന്ന് വരും. കരുവാന്മാർക്ക് പണിയില്ലാതായിരിക്കുന്നു.

"കാലം മാറുമ്പൊ കോലം മാറാതിരിക്കാൻ പറ്റുമോ ഗോപാലാ. ഏതായാലും ഇന്ന് തീയിട്ടിരിക്കുന്ന ദിവസമല്ലേ. ഇതിന്റെ കേടൊക്കെ

ഒന്നു തീർത്തുതരൂ..." പാച്ചുമൂപ്പർ വെട്ടുകത്തി ഗോപാലനെ ഏൽപ്പിച്ചു. ഗോപാലൻ വെട്ടുകത്തി വാങ്ങി പരിശോധിച്ചു. അത് താഴെവച്ച് വലിയൊരു കൊടിലുകൊണ്ട് ചുട്ടുപഴുത്ത മഞ്ഞച്ച ഇരുമ്പുകഷണം പൊക്കിയെടുത്ത് അടകല്ലിൽവച്ച് ചുറ്റികകൊണ്ട് ആഞ്ഞടിച്ചു. ഇരുമ്പ് ഇരുമ്പിന്മേൽ വീഴുന്ന കനത്ത ശബ്ദം ഉയർന്നു.

*   *   *

ഇത്തരം ശബ്ദം ലോകത്ത് ആദ്യമായി മുഴങ്ങിക്കേട്ടത് ഉദ്ദേശം 3500 വർഷങ്ങൾക്കു മുൻപായിരുന്നു. അന്നത് മാറ്റത്തിന്റെ കാഹളധ്വനിയായി മാറി. ആ ശബ്ദത്തിൽ പഴയ നാഗരികതകൾ തകർന്നുവീണു. മാനവ ചരിത്രത്തിൽ ഒരു പുതുയുഗം ആരംഭിച്ചു; ഇരുമ്പുയുഗം.

ഇരുമ്പ് ആദ്യമായി കണ്ടുപിടിക്കപ്പെട്ടത് എന്നെന്നും എവിടെ യെന്നും വ്യക്തമായി അറിയില്ല. ഏഷ്യാമൈനറിന് സമീപം വളർന്നു വന്ന ഹെയ്റ്റി സാമ്രാജ്യക്കാർക്കും കോക്കസസ് പർവതച്ചെരുവിൽ പാർത്തിരുന്ന ചാലിബസ് ഗോത്രക്കാർക്കും ബി സി 1700–1500 കാലഘ ട്ടത്തിൽത്തന്നെ ഇരുമ്പുരുക്കുന്ന വിദ്യ അറിയാമായിരുന്നുവത്രെ. പക്ഷേ ഇക്കൂട്ടർ പ്രസ്തുത വിദ്യ രഹസ്യമായി സൂക്ഷിച്ചു. തന്മൂലം ബി സി 12-ാം നൂറ്റാണ്ടുവരെ മറ്റാർക്കും ഇരുമ്പുരുക്കുന്ന വിദ്യ വശമായിരുന്നില്ല. ബി സി 12-ാം ശതകത്തിൽ ഹെയ്റ്റി സാമ്രാജ്യത്തിന്റെ തകർച്ചയോടെ ഇരുമ്പിനെക്കുറിച്ചുള്ള അറിവ് പശ്ചിമേഷ്യയിലേക്കും ഗ്രീസിലേക്കും മധ്യയൂറോപ്പിലേക്കും അതിവേഗം വ്യാപിച്ചു. ഇന്ത്യയിലും ചൈന യിലും ഇക്കാലത്ത് മേത്തരം ഇരുമ്പ് നിർ മാണം നടന്നിരുന്ന തിനും തെളിവുകളുണ്ട്. ഇരുമ്പിനെ മെ രുക്കാനറിയുന്നവർ അതിവേഗം പ്രബല ന്മാരായി. ഇരുമ്പുകൊ ണ്ടുള്ള കുന്തങ്ങളും പടച്ചട്ടകളുമണിഞ്ഞ ഗോത്രവർഗക്കാർ — ആര്യന്മാർ — അക്കാ ലത്ത് നിലവിലുണ്ടാ യിരുന്ന പല നാഗരിക സംസ്കാരങ്ങളുടെയും അടിത്തറയിളക്കി. ഇരുമ്പുധാരികളെ സ

ഇരുമ്പുകൊണ്ടുള്ള ആയുധങ്ങൾ

ഹായിക്കാൻ മറ്റൊരു കരുത്തുറ്റ ഉപാധികൂടി ഉണ്ടായിരുന്നു. കുതിര. അതുവരെ കാട്ടുജീവികളായി കഴിഞ്ഞിരുന്ന കുതിരകളെ മനുഷ്യർ മെരു ക്കിത്തുടങ്ങിയത് ഇക്കാലത്താണ്. ഇരുമ്പുമേന്തി കുതിരപ്പുറത്തേറിയ പടയാളികൾ കൂടുതൽ കൂടുതൽ സ്ഥലങ്ങളിലേക്കു വ്യാപിച്ചു. നമ്മുടെ സിന്ധുനദീതീരത്തുണ്ടായിരുന്ന സംസ്കാരത്തെ തകർത്ത് ആധിപത്യം സ്ഥാപിച്ച ആര്യന്മാർ ഇക്കൂട്ടത്തിൽ പെട്ടവരായിരുന്നു എന്ന് സങ്കൽപ്പി ക്കപ്പെടുന്നു.

ഇരുമ്പുകൊണ്ട് കുന്തങ്ങൾ മാത്രമല്ല ഉണ്ടാക്കിയിരുന്നത്. മഴുവും വെട്ടുകത്തിയുമെല്ലാം മികച്ച ഉപകരണങ്ങളായിരുന്നു. കാടുകൾ കൂടു തൽ എളുപ്പത്തിൽ വെട്ടിത്തെളിക്കാനും കൃഷി കൂടുതൽ സ്ഥലങ്ങളി ലേക്ക് വ്യാപിപ്പിക്കാനും ഈ ഉപകരണങ്ങൾ സഹായിച്ചു. കാടുപിടിച്ച് കിടന്നിരുന്ന യൂറോപ്പിലെ അനേകം പ്രദേശങ്ങൾ ജനവാസയോഗ്യമാ ക്കപ്പെട്ടതും ഇക്കാലത്താണ്.

ഇരുമ്പ് നേരത്തെ അറിവുണ്ടായിരുന്ന ലോഹങ്ങളെയെല്ലാം നിഷ്പ്ര ഭമാക്കിക്കളഞ്ഞു. ആയുധങ്ങളുടെ നിർമാണത്തിനും മറ്റാവശ്യങ്ങൾക്കും ഇരുമ്പിനോളം പറ്റിയ മറ്റൊന്നുമില്ലായിരുന്നു. ഉരുക്കുന്നതിനുള്ള മെച്ച പ്പെട്ട രീതികൾ പ്രചരിച്ചതോടെ, ഇരുമ്പ് കൂടുതൽ ഫലപ്രദമായി ഉപ യോഗിക്കപ്പെട്ടു തുടങ്ങി.

മരവും ഇരുമ്പും ഉപയോഗിച്ചുള്ള കൂറ്റൻ കപ്പലുകൾ നിർമിക്കപ്പെട്ടു. അതോടെ സമുദ്രസഞ്ചാരം കൂടുതൽ വ്യാപകമായി. ഒപ്പം കച്ചവടവും. കടൽ വഴിയുള്ള ഗതാഗതത്തിനായിരുന്നു കൂടുതൽ പ്രചാരം. ഒട്ടനവധി കടൽക്കൊള്ളകളും ഇക്കാലത്ത് അരങ്ങേറുകയുണ്ടായി. ഇക്കൂട്ടത്തിലൊ നാണത്രെ പ്രസിദ്ധമായ ട്രോയ് യുദ്ധം.

മെഡിറ്ററേനിയൻ സമുദ്രത്തിന്റെയും കരിങ്കടലിന്റെയും തീരങ്ങളിൽ നൂറുകണക്കിന് പുത്തൻ നഗരങ്ങളും ഇരുമ്പുയുഗനാഗരികതകളും ഉയർന്നുവന്നു. ഫിനീഷ്യന്മാരും ഗ്രീക്കുകാരും അസ്സീറിയക്കാരു മൊക്കെ ഇക്കൂട്ടത്തിൽപ്പെടുന്നു. സാധനങ്ങളുടെ ഉൽപ്പാദനവും സമുദ്ര യാത്രയ്ക്കുള്ള സൗകര്യങ്ങളും വർധിച്ചതോടെ വാണിജ്യം കൂടുതൽ കൂടുതൽ വിപുലമായി. ഫിനീഷ്യന്മാർ അക്കാലത്തെ ഏറ്റവും പ്രമുഖ വ്യാപാരികളായിരുന്നു. കൃഷിയിലും ഉൽപ്പാദന പ്രവർത്തനങ്ങളിലു മെല്ലാം അടിമകളായ മനുഷ്യരെ ഉപയോഗിച്ചിരുന്നു. പ്രവർത്തനങ്ങൾ വർധിച്ചതോടെ അടിമകളുടെ എണ്ണവും വർധിച്ചു.

ഇക്കാലത്തെ നഗരങ്ങളെല്ലാം വലിയ വ്യാപാരകേന്ദ്രങ്ങൾ കൂടിയാ യിരുന്നു. സുഗന്ധദ്രവ്യങ്ങളും കൗതുകവസ്തുക്കളുമൊക്കെ ധാരാളമായി കച്ചവടം ചെയ്യപ്പെട്ടു. കൂട്ടത്തിൽ വൻതോതിൽ അടിമക്കച്ചവടവുമുണ്ടാ യിരുന്നു.

കച്ചവടം വികസിച്ചുവന്നപ്പോൾ പുതിയ ക്രയവിക്രയരീതികളുണ്ടായി. ലോഹനാണയങ്ങളും വൻതോതിലുള്ള പണമിടപാടുകളും ആദ്യമായി രംഗപ്രവേശം ചെയ്യുന്നത് ഇക്കാലത്താണ്. പണത്തിന്റെ വരവോടെ ഉള്ള

വനും ഇല്ലാത്തവനും, അടിമയും അടിമയുടമയും തമ്മിലുള്ള അന്തരം വർധിച്ചു. അടിമകൾ കൂടുതൽ കൂടുതൽ ഞെരുങ്ങി. വ്യാപാരത്തിന്റെ വികാസം, അക്ഷരവിദ്യ കൂടുതൽ ജനകീയമായിത്തീരാൻ ഇടയാക്കി. ശാസ്ത്രത്തിന്റെ പ്രചാരത്തെ വളരെയേറെ സഹായിച്ച ഒരു ഘടകമാ യിരുന്നു ഇത്.

*   *   *

ഇരുമ്പുയുഗത്തിന്റെ ഏറ്റവും മഹത്തരമായ സംഭാവന എന്ത് എന്ന ചോദ്യത്തിന് ഒരൊറ്റ ഉത്തരമേയുള്ളൂ, ഗ്രീസ്. ആധുനിക പാശ്ചാത്യ സംസ്കാരത്തിന്റെ ബീജാവാപം നടന്നത് ഗ്രീസിലാണെന്നു പറയുന്ന തിൽ യാതൊരതിശയോക്തിയുമില്ല. ശാസ്ത്രം, ഗണിതം, വാസ്തുവിദ്യ, ജ്യോതിശാസ്ത്രം, രാഷ്ട്രതന്ത്രം എന്നുതുടങ്ങി നമ്മുടെ പാച്ചുമൂപ്പരെ അമ്പരപ്പിച്ച ഒളിമ്പിപ്പൂരം (ഒളിമ്പിക്സ് — ഗ്രീസിലാണ് ഏറ്റവും ആദ്യത്തെ ഒളിമ്പിക്സ് നടന്നത്. ബി സി 776 ൽ) വരെയുള്ള എല്ലാത്തിലും പുരാ തന ഗ്രീക്കുസംസ്കാരത്തിന്റെ സ്വാധീനം കാണാൻ കഴിയും.

തങ്ങൾക്കുമുൻപ് നിലനിന്നിരുന്ന സംസ്കാരങ്ങളിൽ നിന്നെല്ലാം നല്ല അംശങ്ങൾ സ്വാംശീകരിക്കാനും പരിഷ്കരിക്കാനും ഗ്രീക്കുകാർക്കു ണ്ടായിരുന്ന കഴിവ് അത്ഭുതകരമായിരുന്നു.

ശാസ്ത്രത്തിന്റെ ചരിത്രത്തിൽ പുരാതന ഗ്രീക്ക് ചിന്തകന്മാർക്കും ശാസ്ത്രജ്ഞന്മാർക്കും മഹത്തായ സ്ഥാനമാണുള്ളത്. ആദ്യകാല നാഗ

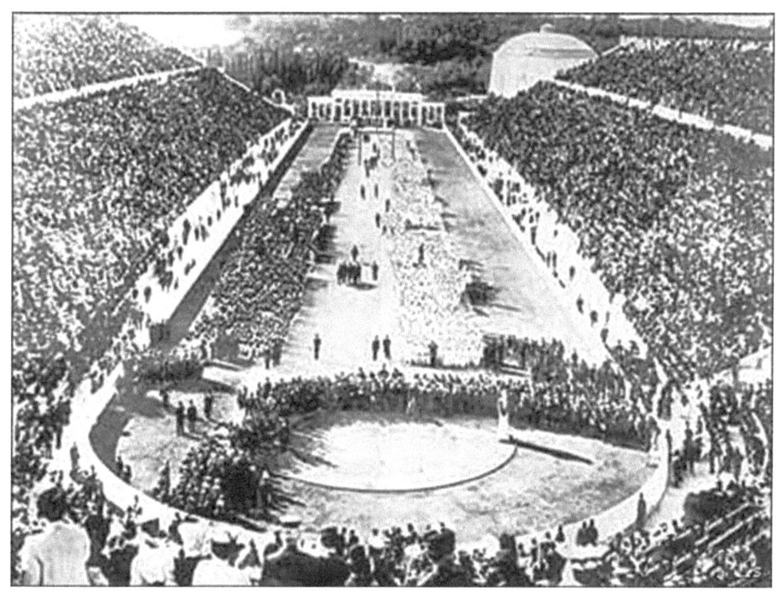

ആദ്യത്തെ ഒളിമ്പിക്സ്

രിക സംസ്കാരങ്ങളിൽ വളർന്നുവന്ന ശാസ്ത്രത്തിൽ നിന്ന് വിഭിന്നമാ യിരുന്നു ഗ്രീക്ക് ശാസ്ത്രം. ഗ്രീക്കുശാസ്ത്രം അധികവും ബുദ്ധിപരവും യുക്തിപരവുമായ കാര്യങ്ങളിലാണ് ശ്രദ്ധിച്ചത്. അതുകൊണ്ടുതന്നെ സാങ്കേതികവിദ്യയിൽനിന്ന് അത് വേറിട്ടുനിന്നു.

ആധുനിക ശാസ്ത്രത്തിന് അടിത്തറ പണി ചെയ്തതും ശാസ്ത്ര ത്തിന്റെ ഭാഷയും രീതിയും വികസിപ്പിച്ചെടുത്തതും ഗ്രീക്കുകാരാണ്. പിൽക്കാല ശാസ്ത്രത്തിന്റെ മുഖ്യവിഷയങ്ങളിൽ പലതും ആവിർഭവി ച്ചതും ഇക്കാലത്തുതന്നെ. പ്രപഞ്ചത്തിന്റെ ഘടന, മനുഷ്യശരീരത്തിന്റെ പ്രവർത്തനം, ആകാശഗോളങ്ങളുടെ സഞ്ചാരം എന്നിവയെക്കുറിച്ചെല്ലാം ഗ്രീക്കുകാർ ചിന്തിക്കുകയും പലവിധ ആശയങ്ങളും മുന്നോട്ടുവയ്ക്കു കയും ചെയ്തു. ഈ ആശയങ്ങളിൽ പലതും പിൽക്കാലത്ത് തള്ളിക്കള യപ്പെടുകയുണ്ടായെങ്കിലും ഇത്തരം കാര്യങ്ങളെക്കുറിച്ച് ആലോചിക്കാൻ ആദ്യമായി മുതിർന്നത് ഗ്രീക്കുകാരാണ്.

*   *   *

ഗ്രീക്ക് ദാർശനികരിൽ (അന്ന് ശാസ്ത്രജ്ഞൻ എന്ന വാക്ക് ഉപ യോഗത്തിൽ വന്നിട്ടില്ല) പലരുടെയും പേരുകൾ വളരെ പ്രശസ്തമാ ണ്. പ്രധാനപ്പെട്ട ചില പേരുകൾ നമുക്കോർമിക്കാം. എല്ലാം ഉത്ഭവി ച്ചത് ജലത്തിൽനിന്നാണെന്ന് വാദിച്ച ഫെയ്ലീസ്, ഒന്നും സ്ഥിരമല്ലെന്നും എല്ലാം മാറിക്കൊണ്ടിരിക്കുകയാണെന്നും എല്ലാത്തിന്റെയും അടിസ്ഥാനം അഗ്നിയാണെന്നും സമർഥിച്ച ഹെറാക്ലിറ്റസ്, ഒന്നിനു മുകളിൽ ഒന്നായി സ്ഥിതിചെയ്യുന്ന നാല് അടിസ്ഥാനഘടകങ്ങളുടെ (ഭൂമി, ജലം, വായു, അഗ്നി) സമാഹാരമാണ് പ്രപഞ്ചമെന്നും വായു ഒരു പദാർഥമാണെന്നും വാദിച്ച എംപിഡോക്ലിയസ്, ചന്ദ്രനിലേക്കും സൂര്യനിലേക്കും നക്ഷത്ര

ങ്ങളിലേക്കുമുള്ള അകലം കണക്കാ ക്കാൻ ശ്രമിച്ച അനാക്സിമാന്റർ എന്നിവരെല്ലാം ഇക്കൂട്ടത്തിൽപ്പെടുന്നു.

ഗണിതം, ശാസ്ത്രം, തത്വ ശാസ്ത്രം എന്നിവയിലെല്ലാം അന ശ്വരമായ സംഭാവനകൾ നൽകിയി ട്ടുള്ള പൈതഗോറസും അദ്ദേഹ ത്തിന്റെ ശിഷ്യഗണങ്ങളും പ്ര ത്യേകം സ്മരണീയരാണ്. ജ്യാമി തി, ഭൂമിക്ക് ഗോളാകൃതിയാണെന്ന സങ്കൽപ്പം, നമുക്കെല്ലാം പരിചിത മായ പൈതഗോറസിന്റെ മട്ടത്രി കോണ നിയമം, എന്നിവയെല്ലാം പൈതഗോറസിന്റെ സംഭാവനക ളാണ്. ശാസ്ത്രത്തിന് ഒരാത്മീയ പരിവേഷം നൽകാനുള്ള ശ്രമവും

പൈതഗോറസ്

പൈതഗോരസ് നടത്തുകയുണ്ടായി.

ഗ്രീക്ക് ദാർശനികരിൽ പ്രമുഖനായ ദെമോക്രീറ്റസിന്റെ പേര് എടു ത്തുപറയേണ്ടതുണ്ട്. പിൽക്കാലത്ത് ശാസ്ത്രത്തെ ആകമാനം സ്വാധീ നിച്ച *അണുസിദ്ധാന്തത്തിന്റെ* ഉപജ്ഞാതാക്കളിലൊരാളാണ് അദ്ദേഹം (നമ്മുടെ പുരാതനാചാര്യന്മാരിൽ ഒരാളായ കണാദമുനിയും *അണുസി ദ്ധാന്തം* ആവിഷ്കരിക്കുകയുണ്ടായി). പ്രപഞ്ചം അവിഭാജ്യമായ അസംഖ്യം കണികകളും (ആറ്റം) ശൂന്യതയും ചേർന്നുണ്ടായതാണെ ന്നായിരുന്നു അദ്ദേഹത്തിന്റെ സിദ്ധാന്തം.

ആധുനിക വൈദ്യശാസ്ത്രത്തിന്റെ പിതാവെന്നറിയപ്പെടുന്ന ഹിപ്പോ ക്രാറ്റസ് മറ്റൊരു ഗ്രീക്കുചിന്തകനായിരുന്നു. അദ്ദേഹത്തിന്റെ മഹത്തായ വൈദ്യ വിദ്യാലയം പ്രശസ്തമായിരുന്നു.

*   *   *

ഗ്രീക്ക് ചിന്തയുടെ രണ്ടാംഘട്ടത്തിൽ കൊടികുത്തിവാണ അതികാ യന്മാരാണ് സോക്രട്ടീസ്, പ്ലേറ്റോ, അരിസ്റ്റോട്ടിൽ എന്നിവർ. ശാസ്ത്ര ത്തിനും ദർശനത്തിനും ആശയപരവും ആത്മീയവുമായ പരിവേഷം നൽകുന്ന പല സിദ്ധാന്തങ്ങളും ഈ ത്രിമൂർത്തികൾ ആവിഷ്കരിച്ചു. നിലവിലുള്ള ആധ്യത്വവ്യവസ്ഥയെ സഹായിക്കാനും ജനാധിപത്യത്തെ അകറ്റിനിർത്താനുമാണ് ആത്യന്തികമായി ഇവരുടെ പല സിദ്ധാന്ത ങ്ങളും ഉപകരിച്ചത്. പിൽക്കാലത്ത് ശാസ്ത്രത്തെ അന്ധകാരയുഗത്തി ലേക്ക് നയിച്ച ഭരണാധികാരികളും മതമേധാവികളും മുറുകെപ്പിടിച്ചത് ഇവരുടെ ദർശനങ്ങളാണ്. നവോത്ഥാനത്തിനുശേഷം ആധുനിക ശാസ്ത്രം മുന്നേറിയത് അരിസ്റ്റോട്ടിലിന്റെ സിദ്ധാന്തങ്ങൾ സൃഷ്ടിച്ചി രുന്ന കരിമ്പാറക്കെട്ടുകൾ തകർത്തെറിഞ്ഞുകൊണ്ടാണ്.

ഗ്രീക്ക് ശാസ്ത്രത്തിന്റെ അവസാ നഘട്ടം അലക്സാണ്ടർ ചക്രവർത്തി യുടെ കാലത്താണ് ആരംഭിക്കുന്നത്. അലക്സാണ്ടറുടെ വിപുലവും സമ്പ‌ദ‌സ മൃദ്ധവുമായ സാമ്രാജ്യം നിരവധി ശാസ്ത്രജ്ഞന്മാർക്ക് ആവേശം പകർന്നു. ഇക്കാലത്ത് അലക്സാൻഡ്രിയായിൽ വലിയൊരു ഗവേഷണ ഇൻസ്റ്റിറ്റ്യൂട്ട് സ്ഥാപിതമായി. സർക്കാർ ആഭിമുഖ്യ ത്തിലുള്ള ലോകത്തിലെ ആദ്യത്തെ ഗവേഷണ സ്ഥാപനമാണ് ഇതെന്ന് കരു തപ്പെടുന്നു. യൂക്ലിഡിന്റെ ജ്യാമിതീയ സിദ്ധാന്തങ്ങൾ, ആർക്കിമെഡീസിന്റെ ബലതന്ത്രനിയമങ്ങൾ, ഗാലന്റെ ശരീര ശാസ്ത്രപഠനങ്ങൾ എന്നിവ ഇക്കാലത്തെ എടുത്തുപറയേണ്ടുന്ന നേട്ടങ്ങളാണ്.

സോക്രട്ടീസ്

ബി സി 150-ാമാണ്ടായപ്പോഴേക്ക് ഒരുകാലത്ത് ഉജ്ജ്വലമായി പ്രകാ ശിച്ചുനിന്ന ഗ്രീക്ക് സംസ്കാരം അണഞ്ഞുതുടങ്ങി. ഗ്രീക്കുനാഗരികത യുടെ ഏറ്റവും വലിയ ദൗർബല്യം അത് സാധാരണക്കാരിൽനിന്നും അകന്നുമാറി നിന്നു എന്നതായിരുന്നു. ഗ്രീക്ക് നാഗരികതയുടെ അധഃ പതനത്തോടെ അധികാരവും പ്രതാപവും റോമാസാമ്രാജ്യം കൈയട ക്കിയിരുന്നു. ഗ്രീക്ക് ശാസ്ത്രത്തെ മുന്നോട്ടുനയിക്കുന്നതിൽ റോമാ ക്കാർക്ക് കാര്യമായ സംഭാവനയൊന്നും നൽകാനായില്ല. ആയുധശ ക്തിയിലും അധികാരപ്രൗഢിയിലുമായിരുന്നു അവരുടെ നോട്ടം മുഴു വൻ. വിശാലമായ രാജവീഥികളും പടുകൂറ്റൻ കോട്ടകളും അവർക്കു ണ്ടായിരുന്നു. അവയൊക്കെയും മർദനംകൊണ്ട് ഞെരിഞ്ഞമർന്നിരുന്ന അടിമകളുടെ അധ്വാനഫലമായിരുന്നു. അടിമത്തം അതിന്റെ ഉച്ചകോ ടിയിലെത്തി. ഒടുവിൽ ആ അടിമകളുടെ പ്രതിഷേധത്തിൽ റോമാസാ മ്രാജ്യം ക്രമേണ തകർന്നടിയുകയും ചെയ്തു. ആ കഥ ഇവിടെ വിവ രിക്കുന്നില്ല.

കുതിരയും കുന്തവുമായി ഇരച്ചുകയറിവന്ന ഗ്രീക്കുസംസ്കാര ത്തോളമുയർന്ന ഇരുമ്പുയുഗം ശാസ്ത്രത്തെ സംബന്ധിച്ചിടത്തോളം രണ്ടുതരത്തിൽ പ്രധാനമായിരുന്നു. ഒരുവശത്ത് ശാസ്ത്രം ഒട്ടേറെ പുതിയ മേഖലകളിലേക്ക് കടന്നു. ആധുനിക ശാസ്ത്രത്തിന് അടിത്തറ പണിത പല സിദ്ധാന്തങ്ങളുടെയും മുളപൊട്ടിയത് ഇക്കാലത്താണ്. ഇതൊരു വമ്പിച്ച നേട്ടംതന്നെയായിരുന്നു. മറുവശത്ത് മനുഷ്യരെ അടി മകൾ, ആഢ്യന്മാർ എന്നിങ്ങനെ രണ്ടാക്കി വിഭജിച്ച ഗ്രീക്ക് സാമൂഹ്യ വ്യവസ്ഥ, അന്നുവരെ സാമാന്യജനങ്ങളുടെ ജീവിതത്തിന്റെയും പ്രവർത്തനത്തിന്റെയും അവിഭാജ്യഘടകമായിരുന്ന ശാസ്ത്രത്തെ അവ രിൽനിന്ന് അകറ്റി. ശാസ്ത്രം ഉണ്ടായിവന്നത് സാധാരണ മനുഷ്യന്റെ കല്ലുളിയിൽനിന്നും ഇരുമ്പുകൂടത്തിൽനിന്നുമൊക്കെയാണെന്ന് നാം കണ്ടു. പക്ഷേ ഗ്രീക്ക് കാലഘട്ടമായപ്പോഴേക്കും ശാസ്ത്രമെന്നത് മിക്ക വാറും വരേണ്യരുടെ, വിശ്രമിക്കാനും ചിന്തിക്കാനും സമയമുള്ളവരുടെ ഏർപ്പാടായി മാറാൻ തുടങ്ങി. സൈദ്ധാന്തികശാസ്ത്രവും പ്രായോഗിക ശാസ്ത്രവും തമ്മിലുള്ള വേർതിരിവിന്റെ തുടക്കവും ഇവിടെനിന്നു തന്നെ.

യൂറോപ്യൻ സമൂഹത്തിന്റെ സർവമണ്ഡലങ്ങളിലേക്കും ഇരുട്ട് പടർന്നു കയറി. ശാസ്ത്രത്തെയും യുക്തിചിന്തയെയും ഇരുട്ട് കീഴടക്കി. അന്ധ കാരയുഗത്തിന്റെ വരവായി.

7

കുടവയറും കുടുമയുമുള്ള കാലം

ഓണക്കാലം പാച്ചുമൂപ്പരുടെ കാലമാണ്. ഓണാവധിയായാൽ വൈകുന്നേരം നാലുമണിയോടെ നാട്ടിലെ ചെറുപ്പക്കാരും കുട്ടികളു മൊക്കെ വായനശാലയുടെ മുന്നിലെത്തും. ഏറ്റവുമാദ്യം എത്തുന്നത് പാ ച്ചുമൂപ്പർ തന്നെ. പിന്നെ പതുക്കെപ്പതുക്കെ അവിടെയൊരു സദസ് ആരം ഭിക്കുകയായി. മിക്കപ്പോഴും പാച്ചുമൂപ്പരുടെ 'പുരാണ'കഥകളായിരിക്കും സദസിലെ മുഖ്യയിനം.

"ഇപ്പോഴത്തെ ഓണമൊക്കെ ഒരോണമാണോ? അതൊക്കെ പഴയ കാലത്ത്. അല്ലേ പാച്ചേട്ടാ." ചെറുപ്പക്കാരിൽ ആരെങ്കിലുമൊരാൾ പാച്ചു മൂപ്പർക്ക് ഒരു ചോദ്യമെറിഞ്ഞുകൊടുക്കും. അത്രയും മതി, തോളിലിട്ട തോർത്തുകൊണ്ട് കഷണ്ടിമണ്ടയിൽ അമർത്തിയൊന്നു തിരുമ്മിക്കൊണ്ട് മൂപ്പർ കഥയുടെ കെട്ടഴിക്കുവാൻ.

"ഇപ്പോഴത്തെ ഓണത്തിന്റെ മട്ട് വേറെ. അന്നത്തെ ഓണത്തിന്റെ മട്ട് വേറെ... അതൊന്നും വിസ്തരിക്കാതിരിക്കുകയാ ഭേദം. എന്നാലും നിങ്ങ ളൊക്കെ മഹാഭാഗ്യവാന്മാരാണെടോ..."

"അതെന്താ അങ്ങനെ?" സദസിൽ നിന്നൊരു ചോദ്യം.

അതോടെ പാച്ചുമൂപ്പർക്ക് ഉത്സാഹം കൂടുകയായി.

"നിങ്ങടെയൊക്കെ പ്രായത്തിൽ ഞങ്ങളാരെങ്കിലും ഇതുപോലെ ഇരുന്ന് കുശലം പറഞ്ഞിട്ടുണ്ടോ? അന്ന് വായനശാലയുണ്ടോ? ഇനി ഉണ്ടെങ്കിലും എന്താ ഫലം? ഓണക്കാലമായാൽ ജന്മിമാരുടെ വീടുകളി ലേക്ക് കാഴ്ചകെട്ടിക്കൊണ്ടു പോവുക, ഇടയ്ക്ക് ചീത്ത കേൾക്കുക അടി വാങ്ങുക... ഇതൊക്കെയല്ലായിരുന്നോ ഞങ്ങടെ പണി?"

"അതെന്തിനാ മൂപ്പരേ ചീത്തയും അടിയുമൊക്കെ?"

"അന്നത്തെ ഓണക്കാലത്ത് കുടിയാന്മാര് ജന്മിമാരുടെ വീട്ടിലേക്ക്

കാഴ്ചസ്തുക്കൾ കൊണ്ടുപോകണം എന്നാണ് ചിട്ട. ഏത്തക്കുല, കുമ്പ
ളങ്ങ, വല്യമത്തൻ അങ്ങനെയങ്ങനെ. ഒത്ത ഒരാൾക്കെടുക്കാൻ മാത്ര
മുള്ള നല്ല പഴുത്ത ഏത്തപ്പഴത്തിന്റെ കുലയുമായി നടക്കുമ്പൊ ഒരെണ്ണം
ഇരിഞ്ഞങ്ങു തിന്നാലോ എന്നുതോന്നും. പക്ഷേ തിന്നാൻ പറ്റോ....!"

"എന്താ തിന്നാല്?"

"എന്താ തിന്നാലെന്നോ? ജന്മിക്ക് കലിയെളകും. പിന്നെ എന്തൊ
ക്കെയൊ ഉണ്ടാവുക എന്നു പറയാൻ പറ്റില്ല. ഒരുതവണ കാഴ്ചയായി
കൊണ്ടുചെന്ന കുലയുടെ വലിപ്പം ഒരൽപ്പം കുറഞ്ഞതിന് ഞാൻ കേട്ട
വഴക്ക്... അന്നൊക്കെ അവരല്ലേ എല്ലാം നിശ്ചയിക്കുന്നത്!"

അങ്ങനെ കഥ തുടരും. ഒടുവിൽ മൂപ്പർ ഉപസംഹരിക്കുന്നതിങ്ങനെയാണ്:

"ഇപ്പൊ കാലമൊക്കെ മാറിയില്ലേ? നിങ്ങളൊക്കെ മഹാ ഭാഗ്യവാന്മാ
രാ കുഞ്ഞുങ്ങളേ..."

ചോദ്യങ്ങളും ഉപചോദ്യങ്ങളുമായി പാച്ചുമൂപ്പരുടെ സദസ് നേരമി
രുട്ടുന്നതുവരെ തുടരും.

*   *   *

നമ്മുടെ നാട്ടിൽ പണ്ട് നിലവിലുണ്ടായിരുന്ന ജന്മിത്വത്തിന്റെ കഥ
കളാണ് പാച്ചുമൂപ്പർ പറയുന്നത്. അന്ന് നാട്ടിലെ പ്രമാണിമാർ, കൃഷിഭൂ
മിയുടെ മുഴുവൻ ഉടമകളായിരുന്ന ജന്മികളായിരുന്നു. കൊല്ലിനും കൊല
ക്കുമൊക്കെ അവകാശമുള്ള കുടുമക്കാരും കുടവയറന്മാരുമായ ജന്മി
കൾ. നമ്മുടെ നാട്ടിൽ ജന്മികളില്ലാതായിട്ട് ഏറെക്കാലമായില്ല.

നമ്മൾ പറഞ്ഞുവന്നത് ഗ്രീസിന്റെയും റോമിന്റെയും കാര്യമല്ലെ?
ബി സി 5-ാം നൂറ്റാണ്ടിൽ റോമാസാമ്രാജ്യത്തിന്റെ പതനത്തോടെ യൂറോ
പ്പിൽ ജന്മിത്വത്തിന്റെ (നാടുവാഴിത്തം) കാലമാരംഭിച്ചു. റോമാസാമ്രാ
ജ്യത്തിന്റെ കാലംവരെ നിലവിലുണ്ടായിരുന്ന അടിമത്ത സമ്പ്രദായം
പതുക്കെപ്പതുക്കെ അവസാനിച്ചു.

നാടുവാഴിത്ത വ്യവസ്ഥയിൽ ഭൂമിയുടെ ഉടമകളായ ജന്മികളും നാടു
വാഴികളുമായിരുന്നു പ്രബലന്മാർ. അവരുടെ മുകളിൽ പ്രഭുക്കന്മാരും
രാജാക്കന്മാരുമുണ്ടായിരുന്നു. മതമേധാവികൾക്ക് വലിയ പ്രാധാന്യമുള്ള
കാലം കൂടിയാണത്.

കൃഷിയായിരുന്നു അന്നത്തെ സമ്പദ്‌വ്യവസ്ഥയുടെ മുഖ്യഘടകം.
ഭൂമിയുടെ ഉടമകളായ ജന്മിമാർ കൃഷിക്കാർക്ക് പണിചെയ്യാൻ നിലം
കൊടുക്കും. കൃഷിയിൽനിന്ന് കിട്ടുന്നതിന്റെ മഹാഭൂരിഭാഗവും പാട്ടമായും
കരമായും ഈടാക്കുകയും ചെയ്യും. ഓരോ ഗ്രാമവും ഓരോ പ്രഭുക്ക
ളുടെ അധീനതയിലായിരിക്കും. അക്കാലത്തെ കൃഷിക്കാർ ജന്മിമാരുടെ
അടിയാന്മാരായിരുന്നു. അവരുടെ സ്ഥിതി കഷ്ടമായിരുന്നു. എങ്കിലും
ഗ്രീക്ക്, റോമാ കാലഘട്ടങ്ങളിൽ മൃഗതുല്യരായി കഴിയേണ്ടിവന്ന അടി
മകളുടെതിനെക്കാൾ ഭേദമായിരുന്നു എന്നുപറയാം.

അക്കാലത്ത് സമൂഹത്തിൽ ആധിപത്യം പുലർത്തിയിരുന്ന ജന്മി
മാർക്കും നാടുവാഴി പ്രഭുക്കന്മാർക്കും ശാസ്ത്രത്തിൽ കാര്യമായ താൽപര്യ

മൊന്നുമില്ലായിരുന്നു. കോട്ടക്കൊത്തളങ്ങളുണ്ടാക്കിയും ഇടയ്ക്കൊക്കെ പരസ്പരം മല്ലടിച്ചും സുഖലോലുപരായി അവർ കഴിഞ്ഞു. മാത്രമല്ല ജീവിതത്തിന്റെ സർവമണ്ഡലങ്ങളിലും മതവിശ്വാസങ്ങൾക്ക് വലിയ സ്വാധീനമായിരുന്നു. മതവിശ്വാസങ്ങളെ ചോദ്യം ചെയ്യുന്നത് രാജാക്ക നമാർക്കും മതമേധാവികൾക്കും സഹിച്ചിരുന്നില്ല. സാഹചര്യം ഇങ്ങനെ ആയപ്പോൾ ശാസ്ത്രത്തിന്റെ വളർച്ച മുരടിക്കാൻ തുടങ്ങി. ഗ്രീക്കുകാ രുടെ കാലത്ത് വികസിച്ചുവന്ന ശാസ്ത്രസിദ്ധാന്തങ്ങളെല്ലാം വിസ്മരി ക്കപ്പെട്ടു. ഈ മുരടിപ്പിന്റെ കാലഘട്ടം ഏതാണ്ട് 1000 കൊല്ലത്തോളം നീണ്ടുനിന്നു. യൂറോപ്യൻ ചരിത്രത്തിലെ 'ഇരുണ്ട കാലഘട്ടം' എന്നാണ് ഇക്കാലത്തെ ചരിത്രകാരന്മാർ വിളിക്കുന്നത്.

എന്നാൽ ഈ ഇരുണ്ട കാലഘട്ടത്തിലും ഇടയ്ക്കിടെ വെളിച്ച ത്തിന്റെ തീപ്പൊരികൾപോലെ ചില ആശയങ്ങൾ ഉയർന്നുവന്നിരുന്നു. പക്ഷേ അത്തരം ആശയങ്ങളെ ഭരണാധികാരികളും മതമേധാവികളും അടിച്ചമർത്തി. മതവിശ്വാസങ്ങൾക്കെതിരെന്നു തോന്നുന്ന ആശയങ്ങൾ പ്രചരിപ്പിക്കാൻ ശ്രമിച്ചവരിൽ പ്രമുഖനാണ് റോജർ ബേക്കൺ. പ്രകൃ തിയെ നിരീക്ഷിച്ചും പരീക്ഷിച്ചുമാണ് സത്യം കണ്ടെത്തേണ്ടതെന്ന് ഉദ്ഘോഷിച്ച ആ പണ്ഡിതന് രണ്ടുഘട്ടങ്ങളിലായി 22 വർഷം കഠിന തടവിൽ കഴിയേണ്ടിവന്നു. മന്ത്രവാദിയും മതവിരോധിയുമാണ് എന്ന പേരിലാ ണത്രെ മതമേധാവികൾ അദ്ദേഹത്തെ തടവിലടച്ചത്. അദ്ദേഹം രചിച്ച മൂന്നു ഗ്രന്ഥങ്ങൾ — *ഒപസ് മാജൂമ്പ്, ഒപസ് മൈനസ്, ഒപസ് ടെർഷ്യം* — അക്കാലത്തെ മുഴുവൻ വിജ്ഞാനത്തിന്റെയും ശേഖരമായിരുന്നു.

ഗ്രീക്ക് ചിന്തകനായ അരിസ്റ്റോട്ടിലിന്റെ സിദ്ധാന്തങ്ങളായിരുന്നു ഇരുണ്ട കാലഘട്ടത്തിലെ ഭരണാധിപന്മാരുടെ അംഗീകൃത പ്രമാണങ്ങൾ. അരിസ്റ്റോട്ടിൽ എന്തു പറഞ്ഞിട്ടുണ്ടോ അത് അതേപടി വിശ്വസിക്കുക. അതിനെ ഒരിക്കലും ചോദ്യം ചെയ്യാതിരിക്കുക. അതായിരുന്നു അന്നത്തെ ശാസന. ഭൂമി പരന്നിട്ടാണെന്നും പ്രപഞ്ചത്തിന്റെ കേന്ദ്രം ഭൂമിയാണെന്നും അരിസ്റ്റോട്ടിൽ വിശ്വസിച്ചു. ഈ വിശ്വാസം ഇരുണ്ടയുഗത്തിലെ മതമേ ധാവികൾ അതേപടി വിശ്വസിച്ചു. ഭൂമിക്കും സ്വർഗത്തിനും (ആകാശം) ബാധകമായ വ്യത്യസ്തമായ നിയമങ്ങളെക്കുറിച്ചും മറ്റ് അനവധി കാര്യ ങ്ങളെക്കുറിച്ചും അരിസ്റ്റോട്ടിൽ ഇത്തരത്തിലുള്ള വിചിത്രമായ അഭിപ്രാ യങ്ങളാണ് രൂപീകരിച്ചിരുന്നത്. അതെല്ലാം അതേപടി അംഗീകരിക്കപ്പെ ട്ടിരുന്നു. ശാസ്ത്രത്തിന്റെ അടിസ്ഥാന ഘടകങ്ങളിലൊന്നായ പരീക്ഷ ണത്തിൽ അരിസ്റ്റോട്ടിലിന് വിശ്വാസമില്ലായിരുന്നു. അതുകൊണ്ട് ഇരു ണ്ടകാലഘട്ടത്തിലെ മതമേധാവികൾ പരീക്ഷണങ്ങളെ വെറുക്കുകയും അവിശ്വസിക്കുകയും ചെയ്തു.

ഈ വിധത്തിൽ, യാതൊരുവിധ സ്വതന്ത്ര ചിന്തയും അനുവദിക്കാ തിരുന്ന ഒരു കാലഘട്ടത്തിൽ ശാസ്ത്രം പൂർണമായും മുരടിച്ചതിൽ അത്ഭുതമില്ലല്ലോ.

*   *   *

ആര്യഭട്ടൻ

യൂറോപ്പ് ഇരുളിലാണ്ടുകിടന്നിരുന്ന ഇക്കാലത്ത് ലോകം മുഴുവൻ അത്തരത്തിലായിരുന്നു എന്ന് ധരിക്കരുത്. ഇക്കാലത്ത് ചൈനയിലും ഇന്ത്യയിലും മഹത്തായ ശാസ്ത്രീയ നേട്ടങ്ങൾ ഉണ്ടായിക്കൊണ്ടിരുന്നു. കൂട്ടത്തിൽ പ്രധാനപ്പെട്ട ചിലവയുടെ കാര്യം മാത്രം നമുക്കോർമിക്കാം.

ഇന്ത്യയിൽ ജ്യോതിശാസ്ത്രയും ഗണിതവും അത്ഭുതകരമാംവിധം പുരോഗതി പ്രാപിച്ചു. ആര്യഭട്ടൻ, ബ്രഹ്മഗുപ്തൻ, വരാഹമിഹിരൻ തുടങ്ങിയവരുടെ പേരുകൾ ഇത്തരുണത്തിൽ ഓർമിക്കേണ്ട തുണ്ട്. ഇന്ത്യയിലെ പ്രാചീന ഗണിത-ജ്യോതിശാസ്ത്ര പണ്ഡിതന്മാരിൽ ഏറ്റവും പ്രമുഖനായ ആര്യഭട്ടൻ ഭൂമിയുടെ കറക്കത്തെക്കുറിച്ചുപോലും മനസിലാക്കിയിരുന്നതായി പറയപ്പെടുന്നു. പിൽക്കാലത്ത് ഗണിതശാസ്ത്രത്തിന്റെ വളർച്ചയെ വളരെയേറെ മുന്നോട്ടുനയിച്ച പൂജ്യത്തിന്റെയും ദശാംശസമ്പ്രദായത്തിന്റെയും കണ്ടുപിടുത്തമുണ്ടായത് ഇക്കാലത്താണ്.

കോൺസ്റ്റാന്റിനോപ്പിൾ കേന്ദ്രമാക്കിവന്ന ബൈസാന്റിൻ സംസ്കാരം ഗണിതം, വാസ്തുവിദ്യ തുടങ്ങിയ രംഗങ്ങളിൽ അത്ഭുതകരമായ നേട്ടങ്ങൾ കൈവരിച്ച കാലവും ഇതുതന്നെ.

ഇസ്ലാംമതത്തിന്റെ ആവിർഭാവത്തോടെ രൂപംകൊണ്ട അറബ്‌രാഷ്ട്രങ്ങൾ പുതിയ വിജ്ഞാനത്തിന്റെ വിളനിലങ്ങളായി മാറി. രസതന്ത്രം, വൈദ്യശാസ്ത്രം, ജ്യോതിശാസ്ത്രം തുടങ്ങിയ ഒട്ടനവധി രംഗങ്ങളിൽ അറബികൾ നേട്ടങ്ങളുണ്ടാക്കി. നൂറോളം ശാസ്ത്രഗ്രന്ഥങ്ങളുടെ കർത്താവായ അവിചെന്ന, രസതന്ത്രത്തിന്റെ പിതാക്കളിലൊരാളായി വാഴ്ത്ത

പ്പെടുന്ന ജാബർ തുടങ്ങി ഒട്ടനവധി അറബിശാസ്ത്രജ്ഞന്മാർ ജന്മമെ ടുത്ത കാലമാണിത്. അറബികൾ ബാഗ്ദാദ് കേന്ദ്രമാക്കി ഒരു ജ്യോതി ശാസ്ത്രപഠനകേന്ദ്രം ആരംഭിച്ചതും ഇക്കാലത്തുതന്നെ.

ചൈനയിലെ ശാസ്ത്രജ്ഞന്മാർ ഇതിന് മുൻപുതന്നെ മഹത്തായ നേട്ടങ്ങൾ കൈവരിച്ചു. കടലാസ്, അച്ചടി, വെടിമരുന്ന് തുടങ്ങിയവയുടെ സുപ്രധാനമായ കണ്ടുപിടുത്തം ആദ്യമായി നടന്നത് ചൈനയിലാണെന്ന് കരുതപ്പെടുന്നു.

യൂറോപ്പിൽ ഇരുൾപടർന്ന കാലത്ത് തഴച്ചുവളർന്ന ഈ സംസ്കാ രങ്ങൾ പതുക്കെ നാശോന്മുഖങ്ങളായി. അറബിരാഷ്ട്രങ്ങൾ സാമ്പത്തിക പ്രയാസത്തിലായി. ഇന്ത്യയിൽ ജാതിവ്യവസ്ഥയും മറ്റും സാമൂഹ്യപു രോഗതിക്ക് തടസമുണ്ടാക്കി. ചുരുക്കത്തിൽ ഈ പ്രദേശങ്ങളിലുണ്ടായ മഹത്തായ നേട്ടങ്ങളുടെ അനന്തരഫലങ്ങൾ, ഈ രാജ്യങ്ങളിലല്ല മറിച്ച് യൂറോപ്പിലാണ് പ്രയോജനപ്പെട്ടത്.

*   *   *

പതുക്കെപ്പതുക്കെ യൂറോപ്പിലെ കട്ടപിടിച്ച ഇരുട്ടിലേക്ക് വിജ്ഞാ നത്തിന്റെ തീപ്പൊരികൾ വീണുതുടങ്ങി.

ഇന്ത്യയിലും ചൈനയിലും അറബ്‌രാജ്യങ്ങളിലുമൊക്കെ രൂപം കൊണ്ട പുത്തൻ വിജ്ഞാനം അറബിപണ്ഡിതന്മാർ വഴി യൂറോപ്പിലേക്ക് കടന്നുചെന്നു. കടലാസിന്റെയും അച്ചടിയുടെയും കണ്ടുപിടുത്തം, വിജ്ഞാനം സമൂഹത്തിൽ വ്യാപകമായി പരക്കാൻ വഴിതെളിയിച്ചു.

ക്രമേണ പുരോഗതിക്ക് വിലങ്ങുതടിയായി നിന്നിരുന്ന മതമേധാ വിത്വത്തിനെതിരെ ചോദ്യങ്ങളുയർന്നു. യൂറോപ്പിലാകെ ഒരു നവചൈ തന്യം പടരുകയായി. നവോത്ഥാനത്തിന്റെയും മതനവീകരണത്തിന്റെ യും കാലമാണിത്.

പൗരസ്ത്യരാജ്യങ്ങളിൽനിന്ന്, പ്രത്യേകിച്ച് ചൈനയിൽനിന്ന് കട ന്നുവന്ന സുപ്രധാനമായ സാങ്കേതിക നേട്ടങ്ങൾ മാറ്റത്തിന്റെ ഗതിവേഗം കൂട്ടി. വടക്കുനോക്കിയന്ത്രം, ഉറപ്പിച്ച പങ്കായം, വെടിമരുന്ന്, പീരങ്കി, കട ലാസ്, അച്ചടി എന്നിവയെല്ലാം ഇക്കൂട്ടത്തിൽപ്പെടുന്നു.

ഇതിനിടയിൽ കാർഷികരംഗത്തും ദ്രുതഗതിയിൽ മാറ്റങ്ങൾ വന്നു. കാർഷികോൽപ്പാദനം വർധിച്ചതോടെ ധാന്യങ്ങളും മറ്റും കച്ചവടം ചെയ്യുന്ന വ്യാപാരികളും കൃഷിയുപകരണങ്ങളും മറ്റും ഉൽപ്പാദിപ്പിക്കുന്ന ചെറുകിടവ്യവസായികളുമുണ്ടായി. ഇക്കൂട്ടർ പണക്കാരായിരുന്നു. ഈ പുത്തൻ പണക്കാരുടെ വർഗം നാടുവാഴികളെയും പ്രഭുക്കളെയും ചോദ്യംചെയ്യാൻ തുടങ്ങി.

പുതിയ ആശയങ്ങൾ, പുതിയ സാങ്കേതികവിദ്യകൾ, പുതിയൊരു വർഗം ഇവ മൂന്നുംകൂടി ചേർന്നപ്പോൾ യൂറോപ്പിലെ ജന്മിത്വവും മതമേ ധാവിത്വവും തകർന്നുവീഴുകയായി. അന്ധകാരയുഗം അവസാനിക്കാ റായി. ശാസ്ത്രം എല്ലാത്തരം വിലങ്ങുകളും ഭേദിച്ച് മുന്നോട്ടുകുതിക്കാൻ തയാറെടുക്കുകയായി.

രണ്ടായിരം വർഷങ്ങളായി വിശ്വാസത്തിന്റെ തേർവാഴ്ച നടന്നിടത്ത്
ഇപ്പോഴിതാ സംശയത്തിന്റെ അങ്കുരങ്ങൾ മുളപൊട്ടിയിരിക്കുന്നു.
ഏറ്റവും പരിപാവനമായ കാര്യങ്ങൾപോലും ചോദ്യംചെയ്യപ്പെട്ടുതുടങ്ങി
യിരിക്കുന്നു... ഒരു നിമിഷംകൊണ്ട് എന്തൊരു വലിയ വിശാലതയാണ്
കൈവന്നിരിക്കുന്നത്.

ബ്രഹ്ത്

8

മാറ്റത്തിന്റെ തീപ്പൊരികൾ

ഇറ്റലിയിലെ പാദുവാ നഗരത്തിലുള്ള ഒരു സാധാരണ വീട്. അക ത്തൊരു മുറിയിൽ, ചുറ്റും ചിതറിക്കിടക്കുന്ന കടലാസുകഷണങ്ങൾക്കി ടയിൽ, 50 വയസ്സോളം പ്രായമുള്ള ഒരു താടിക്കാരൻ. അദ്ദേഹത്തിന്റെ തൊട്ടടുത്തായി പത്തുവയസ്സോളം പ്രായമുള്ള ഒരു കുട്ടി നിൽപ്പുണ്ട്. അവൻ മേശപ്പുറത്തിരിക്കുന്ന പന്തുകൾ കറക്കിയും തിരിച്ചും രസിക്കു കയാണ്. പെട്ടെന്ന് താടിക്കാരൻ എന്തോ ഓർത്തിട്ടെന്നപോലെ മുന്നി ലിരിക്കുന്ന കടലാസിൽ കണക്കുകൾ കൂട്ടുന്നു. പിന്നീട് അദ്ദേഹം മേശ പ്പുറത്തുനിന്നും ചില്ലുകൾ ഘടിപ്പിച്ച ഒരുപകരണമെടുത്ത് ജനാലക്കരി കിലേക്ക് നീങ്ങുന്നു. കുട്ടി കൗതുകപൂർവം താടിക്കാരനെ നോക്കി. താടി ക്കാരൻ ചില്ലുപകരണം കണ്ണിനോടടുപ്പിച്ചുവച്ച് ജനലിലൂടെ ആകാശ ത്തേക്കു നോക്കിക്കൊണ്ടിരിക്കുകയാണ്. പെട്ടെന്ന് അദ്ദേഹത്തിന്റെ മുഖത്ത് അസാധാരണമായൊരു തിളക്കം കാണാറായി. ഒരിക്കൽക്കൂടി സൂക്ഷിച്ചുനോക്കിയശേഷം അദ്ദേഹം അത്യുച്ചത്തിൽ വിളിച്ചുപറഞ്ഞു: "ആൻഡ്രീ... എനിക്കു തീർച്ചയായിരിക്കുന്നു. ഭൂമി സൂര്യനുചുറ്റും കറ ങ്ങിക്കൊണ്ടിരിക്കയാണ്. ഞാനതിന്റെ കണ്ണുകൊണ്ടു കണ്ടുകഴിഞ്ഞു..."

"സാർ" താടിക്കാരൻ പറയുന്നതെന്തെന്ന് പൂർണമായും മനസിലാ ക്കാനാവാതെ കുട്ടി അമ്പരക്കവെ താടിക്കാരന്റെ ശബ്ദം വീണ്ടും അത്യു ച്ചത്തിൽ മുഴങ്ങി: "ഇതാ. ഭൂമിക്കതിന്റെ കേന്ദ്രസ്ഥാനം നഷ്ടപ്പെട്ടിരി ക്കുന്നു. എനിക്കു സംശയമില്ല. ഭൂമി നിർബാധം സൂര്യനുചുറ്റും കറങ്ങു കയാണ്. നക്ഷത്രങ്ങളെല്ലാം ആകാശത്തിലൂടെ ഇരമ്പിപ്പായുകയാണ്. ആൻഡ്രീ... ഇതാ നോക്കൂ, നമ്മളിപ്പോൾ കാണുന്ന കാഴ്ചകൾ ഈ ലോകത്ത് ഒരു മനുഷ്യനും ഇതിനുമുമ്പ് കണ്ടിട്ടില്ല."

ചില്ലുപകരണം കുട്ടിയുടെ കണ്ണിൽ ചേർത്തുപിടിച്ചുകൊണ്ട് താടി

ക്കാരൻ അലറിവിളിച്ചു: "ഈ ദിവസം കുറിച്ചിട്ടോളൂ. 1610 ജനുവരി 10... ഇന്നൊരു പുതിയ യുഗമാരംഭിക്കുകയാണ്... പഴയയുഗം തകർന്നു വീണി രിക്കുന്നു."

പഴയ യുഗത്തിന്റെ തകർച്ചയെക്കുറിച്ച് ഉദ്ഘോഷിക്കുന്ന ആ താടി ക്കാരനെ നിങ്ങൾക്കു മനസിലായോ? അതാണ് ഗലീലിയോ ഗലീലി. ആധു നിക ശാസ്ത്രത്തിന്റെ ഏറ്റവും കരുത്തനായ വക്താവ്...

ശാസ്ത്രത്തിന്റെയും മാനവരാശിയുടെയും ചരിത്രത്തിലെ ഒരു മഹ നീയ മുഹൂർത്തമാണ് നാം കണ്ടത്. ഭൂമിയാണ് പ്രപഞ്ചത്തിന്റെ കേന്ദ്രമെന്ന പഴയ സിദ്ധാന്തത്തെ തൂത്തെറിഞ്ഞുകൊണ്ട്, ഭൂമി സൂര്യനുചുറ്റും കറങ്ങി ക്കൊണ്ടിരിക്കയാണെന്ന സത്യം ഗലീലിയോ പ്രഖ്യാപിച്ച മുഹൂർത്തം.

*   *   *

ഗലീലിയോ തന്റെ മഹത്തായ കണ്ടുപിടുത്തം നടത്തുമ്പോഴേക്ക് യൂറോപ്പിലെ ഇരുണ്ടയുഗം അവസാനിച്ചിട്ട് ഒന്നുരണ്ടു നൂറ്റാണ്ടുകൾ കഴി ഞ്ഞിരുന്നു. നാടുവാഴിത്തവ്യവസ്ഥ തകരുകയും മതമേധാവിത്വത്തിനെ തിരെ ശക്തമായ വെല്ലുവിളികൾ ഉയരുകയും ചെയ്തിരുന്നു. ജീവിത ത്തിന്റെ എല്ലാ രംഗങ്ങളിലും പുതിയൊരുണർവ് പ്രത്യക്ഷപ്പെട്ടുതുടങ്ങി.

നാടുവാഴിത്തം തകർന്നതോടെ, യൂറോപ്പിൽ ഒട്ടനവധി പുത്തൻ വ്യാപാര കേന്ദ്രങ്ങൾ ഉയർന്നുവന്നു. വെനീസ്, ജിനോവ, ഫ്ളോറൻസ്, മിലാൻ എന്നിങ്ങനെ ഒട്ടനവധി നഗരങ്ങൾ. പുത്തൻപണക്കാരായ വ്യാപാ രികളും വ്യവസായികളുമായിരുന്നു ഈ നഗരങ്ങളിലെ പ്രമുഖന്മാർ. അ ക്കാലത്തെ രാജാക്കന്മാരെല്ലാം വ്യാപാരികളുടെയും വ്യവസായികളു ടെയും പിൻബലത്തോടെയാണ് ഭരണം നടത്തിയിരുന്നത്.

പുതിയ രാജാക്കന്മാരും പണ ക്കാരും ബുദ്ധിജീവികൾക്കും കലാകാരന്മാർക്കും ശാസ്ത്രകാ രന്മാർക്കുമൊക്കെ വമ്പിച്ച പ്രോ ത്സാഹനമാണ് നൽകിയിരുന്ന ത്. ഏറെക്കാലമായി സ്വതന്ത്രമായി ചിന്തിക്കാനവസരം ലഭിക്കാതി രുന്ന ബുദ്ധിജീവികൾക്കിടയിൽ പഴയ വിശ്വാസങ്ങളോടും ജീവി തരീതിയോടുമുള്ള എതിർപ്പ് പ്രകടമായി കാണാമായിരുന്നു.

വ്യാപാരത്തിന്റെ വികസനം ഉൽപ്പാദനരംഗത്ത് ആകമാനം ഉ ത്സാഹം പകർന്നു. മത്സ്യവും ധാന്യവും മറ്റുവസ്തുക്കളുമെല്ലാം സുലഭമായി മാർക്കറ്റിലെത്തി. കൗതുകവസ്തുക്കളും പട്ടുതു

ഗലീലിയോ

ണികളുമെല്ലാം വിൽപ്പനയ്ക്ക് ധാരാളമായി വന്നുതുടങ്ങി. നൂൽനൂൽപ്പ്, നെയ്ത്ത്, ഗ്ലാസ് നിർമാണം, പാത്രനിർമാണം എന്നിവയ്ക്കെല്ലാം വീണ്ടും പ്രാധാന്യം കൈവന്നു.

പണത്തിന്റെ പ്രാധാന്യം പണ്ടെന്നത്തെക്കാളും വർധിച്ചുകൊണ്ടിരുന്നു. പണം സമ്പാദിക്കാനുള്ള ത്വരയായിരുന്നു എല്ലാവർക്കും. വരുംകാലത്തെ ക്കാൾ, ഇന്നത്തെ ജീവിതം സുഖസമ്പൂർണമാക്കിത്തീർക്കുന്നതിലായിരുന്നു ആളുകൾക്ക് താൽപ്പര്യം.

*   *   *

മതം, കല, സാഹിത്യം എന്നീ രംഗങ്ങളിലെല്ലാം പ്രകടമായ ഉണർവ് ശാസ്ത്രരംഗത്തേക്കും വ്യാപിച്ചു. ശാസ്ത്രരംഗം വമ്പിച്ചൊരു കുതിച്ചു ചാട്ടത്തിന് തയാറെടുക്കുകയായിരുന്നു. ഈ കുതിച്ചുചാട്ടത്തെ 'ഒന്നാം ശാസ്ത്രവിപ്ലവം' എന്നാണ് ചരിത്രകാരന്മാർ വിളിക്കുന്നത്. ഈ വിപ്ലവ ത്തിൽനിന്നാണ് ആധുനികശാസ്ത്രം ജന്മമെടുത്ത്.

രണ്ടുമൂന്ന് ഘട്ടങ്ങളായാണ് ഈ മഹത്തായ മുന്നേറ്റം സംഭവിച്ചത്. നാടുവാഴിത്തം തകരുകയും പുത്തൻ പണക്കാരായ മുതലാളിമാരുടെ നേതൃ ത്വത്തിൽ വ്യവസായങ്ങൾ അഭിവൃദ്ധി പ്രാപിക്കുകയും ചെയ്തതോടെ ഒട്ടനവധി പുത്തൻ സാങ്കേതികവിദ്യകൾ വികസിച്ചുവന്നു. ലോഹങ്ങ ളുടെ പ്രാധാന്യം വർധിച്ചു. ലോഹ അയിരുകൾ അന്വേഷിച്ചുകൊണ്ട് വ്യവസായികൾ ഖനികൾ കുഴിക്കാനാരംഭിച്ചു. ജർമനിയിലാണ് ആദ്യ മായി ഖനികൾ പ്രത്യക്ഷപ്പെട്ടത്. വ്യവസായികൾ കൂട്ടുചേർന്ന് കമ്പനി കൾ ഉണ്ടാക്കുകയും അവയിൽ ഷെയർ എടുക്കുകയും ചെയ്തുതുടങ്ങി. യൂറോപ്പിലെ ആദ്യത്തെ കമ്പനികളും വ്യവസായ സംരംഭങ്ങളും ഈ ഖനികളായിരുന്നു. 'മുതലാളിത്തത്തിന്റെ നഴ്സറികളായിരുന്നു ജർമനി യിലെ ഖനികൾ" എന്നുപറയാറുണ്ട്.

ഖനികളിൽനിന്ന് കൂടുതൽ നല്ലവിധത്തിൽ അയിരുകൾ കുഴിച്ചെ ടുക്കുന്നതിന് മെച്ചപ്പെട്ട യന്ത്രസാമഗ്രികൾ ആവിഷ്കരിക്കപ്പെട്ടു. ഖനി കളിൽനിന്ന് വെള്ളം നീക്കം ചെയ്യാനുള്ള പമ്പുകൾ, അയിര് ഖനിക ളിൽനിന്ന് ഉയർത്തിയെടുക്കാനുള്ള സംവിധാനങ്ങൾ എന്നിങ്ങനെ പലതും. ലോഹങ്ങൾ ഉരുക്കുന്നതിനുള്ള സംവിധാനങ്ങൾ വികസിച്ചു. ഒട്ടനവധി പുതിയ ലോഹങ്ങളും ലോഹക്കൂട്ടുകളും കണ്ടുപിടിക്കപ്പെട്ടു. സിങ്ക്, നിക്കൽ, കോബോൾട്ട്, ബിസ്മത്ത് എന്നീ ലോഹങ്ങളെല്ലാം രംഗപ്രവേശം ചെയ്തത് ഇക്കാലത്താണ്. പുതിയ ലോഹങ്ങൾക്കുവേണ്ടിയുള്ള അന്വേഷണവും അവയുമായി ബന്ധപ്പെട്ട പരീക്ഷണങ്ങളും രസതന്ത്രത്തിന്റെ വികാസ ത്തിനു വഴിയൊരുക്കി.

വ്യാപാരത്തിന്റെ വികാസത്തോടെ പുതിയ വിപണികൾക്കുവേണ്ടി യുള്ള അന്വേഷണമായി. കടൽയാത്രയുടെ പ്രാധാന്യം വർധിച്ചു. പുതിയ ലോകങ്ങൾ അന്വേഷിച്ച് ഒട്ടനവധി നാവികർ ആവേശപൂർവം യാത്രപു റപ്പെട്ടു. പോർച്ചുഗൽ, സ്പെയിൻ, ഹോളണ്ട്, ഇംഗ്ലണ്ട് എന്നീ രാജ്യങ്ങ ളാണ് ഈ രംഗത്ത് മുൻകയ്യെടുത്തത്. നേരത്തെ ശാസ്ത്രരംഗത്തുണ്ടായ

പല നേട്ടങ്ങളും കപ്പൽയാത്രക്കാർ ഉപയോഗപ്പെടുത്താൻ തുടങ്ങി. വട ക്കുനോക്കി, ഉറപ്പിച്ച പങ്കായം എന്നിവയെല്ലാം ഇക്കൂട്ടത്തിൽപ്പെടുന്നു. കൊളംബസ്, വാസ്കോഡിഗാമ, മഗല്ലൻ, അമരിഗോ വെസ്പുച്ചി എന്നി ങ്ങനെ നിരവധി സാഹസികരായ നാവികന്മാർ മഹാസാഗരങ്ങൾ കുറുകെ മുറിച്ചുകടന്നു. പുതിയ ഭൂപ്രദേശങ്ങളും കടൽമാർഗങ്ങളും കണ്ടുപിടി ക്കപ്പെട്ടു. കൊളംബസ് അമേരിക്ക കണ്ടുപിടിച്ചതും വാസ്കോഡിഗാമ കോഴിക്കോട് കപ്പലിറങ്ങിയതുമൊക്കെ ഇക്കാലത്താണ്.

കടൽയാത്രയുടെ പ്രാധാന്യം വർധിച്ചതോടെ കപ്പൽനിർമാണം, നാവികപരിശീലനം എന്നീ രംഗങ്ങളിൽ ശാസ്ത്രം പ്രയോജനപ്പെടു ത്താൻ തുടങ്ങി. പല സ്ഥലങ്ങളിലും കപ്പൽനിർമാണശാലകളും നാവിക പരിശീലനകേന്ദ്രങ്ങളും ആരംഭിച്ചു. നാവികർക്ക് നക്ഷത്രങ്ങളുടെ സ്ഥാന ങ്ങളിലും മറ്റും താൽപ്പര്യമുണ്ടായിരുന്നു. കടൽയാത്രയിൽ നക്ഷത്രങ്ങൾ അവരുടെ സഹായികളാണല്ലോ. ഇതുമായി ബന്ധപ്പെട്ട് ജ്യോതിശാസ്ത്ര ത്തിന്റെ പ്രാധാന്യം വർധിച്ചുവന്നു. ഈ താൽപ്പര്യം വികസിച്ചാണ് ജ്യോതിശാസ്ത്രവിജ്ഞാനത്തിൽ ഒരു മഹാവിപ്ലവം തന്നെയുണ്ടായത്.

*   *   *

ഒട്ടനവധി മഹാപ്രതിഭകൾക്ക് ജന്മം നൽകിയ കാലഘട്ടമാണിത്. ഈ കാലഘട്ടത്തിന്റെ പ്രതീകമായിരുന്നു മഹാനായ ലിയനാർഡോ ഡാ വിഞ്ചി. ഡാവിഞ്ചി വിജ്ഞാനത്തിന്റെ എല്ലാ മേഖലകളിലും അതികായ നായി നിലകൊണ്ടു. അദ്ദേഹം എഞ്ചിനീയറും കലാകാരനും ശാസ്ത്ര ജ്ഞനുമെല്ലാമായിരുന്നു. ബലതന്ത്രം, ദ്രവബലതന്ത്രം എന്നീ ശാസ്ത്ര ശാഖകളിൽ അദ്ദേഹത്തിനു താൽപ്പര്യമുണ്ടായിരുന്നു. വിമാനം എന്ന സങ്കൽപ്പം ആദ്യമായി പ്രായോഗികമാക്കാൻ ശ്രമിച്ചത് ലിയനാർഡോ വാണ്. അദ്ദേഹത്തിന്റെ പരിശ്രമം പരാജയപ്പെടുകയാണുണ്ടായതെങ്കിലും പിൽക്കാലത്ത് ഒട്ടനവധി ശാസ്ത്രജ്ഞന്മാർക്ക് ഈ വഴിക്കുചിന്തിക്കാൻ അദ്ദേഹം പ്രേരണനൽകി. കഴിവുറ്റ ഒരു മിലിറ്ററി എഞ്ചിനീയറായിരുന്നു ലിയനാർഡോ. ചിത്രകലയിൽ ഒരു നൂതനസരണി വെട്ടിത്തുറക്കാൻ പരി ശ്രമിച്ച ലിയനാർഡോ, പെയിന്റിങ് ഒരു ശാസ്ത്രമാണെന്ന് വിശ്വസിച്ചി രുന്ന ആളാണ്. ലിയനാർഡോ അദ്ദേഹത്തിന്റെ കാലഘട്ടത്തെക്കാൾ വള രെയേറെ മുന്നോട്ടു ചിന്തിച്ചിരുന്ന ആളാണ്. അതുകൊണ്ടുതന്നെ അദ്ദേ ഹത്തിന്റെ പരിശ്രമങ്ങളൊന്നും പൂർണവിജയം കൈവരിക്കുകയുണ്ടാ യില്ല. ഒടുവിൽ ഏറെ ദുരിതപൂർണമായ ഒരു ജീവിതമാണ് അദ്ദേഹത്തിന് ലഭിച്ചത്.

ലിയനാർഡോവിനെപ്പോലെ പിന്നെയും പ്രതിഭാശാലികൾ അക്കാ ലത്തുണ്ടായിരുന്നു. അക്കാലത്തെ പ്രതിഭകൾ ഏതെങ്കിലും ഒരുരംഗ ത്തുമാത്രം ശ്രദ്ധിച്ചിരുന്നവരല്ല. കലാകാരന്മാരുടെ വരപ്പുമുറികൾ ശാ സ്ത്രപരീക്ഷണശാലകളും വിദ്യാകേന്ദ്രങ്ങളുമെല്ലാമായിരുന്നുവത്രെ.

ഇറ്റലിയിൽ പ്രസിദ്ധമായ പല വിജ്ഞാന കേന്ദ്രങ്ങളുണ്ടായി. അക്കൂ ട്ടത്തിൽ ഏറ്റവും പ്രശസ്തമായത് പാദുവാ സർവകലാശാലയാണ്. ഇറ്റ

ലിയിൽനിന്നും വിദേശങ്ങളിൽനിന്നും ഒട്ടനവധി വിദ്യാർഥികൾ അവിടെ എത്തിയിരുന്നു. പാദുവായിലെ വൈദ്യവിദ്യാകേന്ദ്രം പ്രത്യേക പ്രശസ്തി നേടിയിരുന്നു.

പാദുവായിൽനിന്ന് വൈദ്യശാസ്ത്രത്തിൽ ബിരുദം സമ്പാദിച്ച പോള ണ്ടുകാരനായ നിക്കോളാസ് കോപ്പർനിക്കസാണ് മഹത്തായ ശാസ്ത്ര വിപ്ലവത്തിന് ആദ്യമായി തിരികൊളുത്തിയത്. പ്രപഞ്ചത്തിന്റെ ഘടന യെക്കുറിച്ച് അന്നുവരെ നിലവിലുണ്ടായിരുന്ന ധാരണകൾ തിരുത്തിക്കു റിച്ചുകൊണ്ട്, 1543 ൽ അദ്ദേഹം തന്റെ *സൂര്യകേന്ദ്ര സിദ്ധാന്തം* അവത രിപ്പിച്ചു. 'ആകാശഗോളങ്ങളുടെ ഭ്രമണ'ത്തെപ്പറ്റിയുള്ള അദ്ദേഹത്തിന്റെ ഗ്രന്ഥം പ്രസിദ്ധീകൃതമായി. പ്രപഞ്ചത്തിന്റെ കേന്ദ്രം ഭൂമിയല്ലെന്നും ഭൂമിയും മറ്റു ഗോളങ്ങളും സൂര്യനുചുറ്റും കറങ്ങിക്കൊണ്ടിരിക്കയാണെ ന്നും കോപ്പർനിക്കസ് സമർഥിച്ചു. സൂര്യന്റെ സ്ഥാനത്തെക്കുറിച്ച് *ആകാ ശഗോളങ്ങളുടെ ഭ്രമണത്തെപ്പറ്റി (ദ റവല്യൂഷനിബസ് ഓർബിയം സെ ലസ്റ്റ്യം)* എന്ന ഗ്രന്ഥത്തിൽ കോപ്പർനിക്കസ് ഇപ്രകാരം വിവരിച്ചു:

"എല്ലാത്തിനും നടുവിൽ സൂര്യൻ ആസനസ്ഥനായിരിക്കുന്നു. ഈ മഹത്തായ സ്ഥാനത്തല്ലാതെ മറ്റെവിടെ പ്രതിഷ്ഠിച്ചാലാണ് മറ്റെല്ലാ ഗോള ങ്ങളെയും പ്രകാശിപ്പിച്ചുകൊണ്ട് സൂര്യന് നിലകൊള്ളാനാവുക. ശക്തൻ, മനസ്സ്, പ്രപഞ്ചചേതന എന്നെല്ലാം സൂര്യനെ വിളിക്കുന്നത് തികച്ചും അർഥവത്താണ്."

ആദ്യമൊന്നും കോപ്പർനിക്കസിന്റെ സിദ്ധാന്തത്തിനുള്ള പ്രാധാന്യം വളരെപ്പേർ മനസിലാക്കിയിരുന്നില്ല. നാവികന്മാരിൽ ചിലർ നക്ഷത്രങ്ങ ളുടെ സ്ഥാനം നിർണയിക്കാൻ സഹായിക്കുന്ന മെച്ചപ്പെട്ട രീതിയായി

'സൂര്യകേന്ദ്ര സിദ്ധാന്ത'ത്തെ സ്വാഗതം ചെയ്തു. പക്ഷേ പിൽക്കാലത്ത് ഗിയർദാനോ ബ്രൂണോ, ടാക്കോ ബ്രാഹെ, കെപ്ലർ, ഗലീലിയോ എന്നി വരുടെ പഠനങ്ങളും പരീക്ഷണ ങ്ങളും മുന്നേറിയതോടെ, കോപ്പർനിക്കസിന്റെ മഹത്വം തെളിഞ്ഞു. അനേകായിരം വർഷങ്ങളായി നിലനിന്നുവന്നി രുന്ന വിശ്വാസപ്രമാണങ്ങളെ മുഴുവൻ തകർത്തെറിയാൻ കരുത്തുള്ള ഒരാശയമാണ് അദ്ദേഹം മുന്നോട്ടുവച്ചതെന്ന് വ്യക്തമായി.

പ്രപഞ്ചഘടനയെക്കുറിച്ച് കോപ്പർനിക്കസിന്റെ സിദ്ധാന്തം

കോപ്പർനിക്കസ്

പുറത്തുവന്ന അതേ വർഷത്തിലാണ് ആന്ദ്രേ വസേലിയസ് എന്ന പണ്ഡി
തൻ മനുഷ്യശരീരത്തിന്റെ ഘടനയെ സംബന്ധിച്ചുള്ള *ദെ ഹ്യൂമാനി
കോർപ്പോറിസ് ഫാബിക്ക* എന്ന ഗ്രന്ഥം പ്രസിദ്ധപ്പെടുത്തിയത്. അനേകം
നിരീക്ഷണങ്ങളെയും പരീക്ഷണങ്ങളെയും അടിസ്ഥാനമാക്കി തയാറാക്കിയി
രുന്ന ആ ഗ്രന്ഥം വളരെ വിലപ്പെട്ട ഒന്നായിരുന്നു.

ക്രമത്തിൽ എല്ലാ രംഗങ്ങളിലും കൂടുതൽ മുന്നേറ്റങ്ങളുണ്ടായി. ലോ
കത്തിലെ ഏറ്റവുമാദ്യത്തെ മുതലാളിത്ത രാഷ്ട്രങ്ങൾ സ്ഥാപിതമായത്
ഇക്കാലത്താണ്. 1576 ൽ ഹോളണ്ടിലെ പുതിയ ഭരണകൂടവും 1649 ൽ
ബ്രിട്ടീഷ് കോമൺവെൽത്തും സ്ഥാപിക്കപ്പെട്ടത് പ്രധാനപ്പെട്ട സംഭവ
ങ്ങളാണ്.

സാങ്കേതികരംഗത്ത് പുതിയ നേട്ടങ്ങളുണ്ടായി. പതിനാറാം നൂറ്റാണ്ടിൽ
കൽക്കരിയുടെ ഉപയോഗം വ്യാപകമായിത്തീർന്നു. ഇംഗ്ലണ്ടിലും ഹോള
ണ്ടിലും വ്യാവസായികാവശ്യങ്ങൾ വർധിച്ചതോടെ അതുവരെ ഇന്ധന
മായി ഉപയോഗിച്ചിരുന്ന മരത്തിന് ക്ഷാമമായി. വീടുകളുടെയും കപ്പ
ലുകളുടെയും നിർമാണത്തിനും ഉപ്പ്, സോപ്പ് തുടങ്ങിയവയുടെ നിർമാ
ണത്തിനുമായി ധാരാളം തടി ഉപയോഗിക്കപ്പെട്ടതിന്റെ ഫലമായി തടിക്ഷാമം
രൂക്ഷമായി. ഇതേത്തുടർന്നാണ് കൽക്കരി പ്രചാരത്തിൽ വന്നത്. ഇംഗ്ല
ണ്ടിൽ കൽക്കരി ഖനികൾ ആരംഭിക്കയായി. കൽക്കരിഖനികൾ പുതിയ
സാങ്കേതിക നേട്ടങ്ങൾക്ക് വഴിതെളിച്ചു. മെച്ചപ്പെട്ട പമ്പുകൾ, റെയിലു
കൾ, യന്ത്രങ്ങൾ അങ്ങനെ പലതും. ഇരുമ്പുരുക്കുന്നതിനുള്ള ബ്ലാസ്റ്റ് ചൂള
കൾ ആവിർഭവിച്ചതും ഇക്കാലത്തുതന്നെ. ഇംഗ്ലണ്ട് പതുക്കെപ്പതുക്കെ
വ്യവസായവിപ്ലവത്തിന് തയാറെടുക്കുകയായി.

അതിനിടയിൽ യൂറോപ്പിന്റെ പല ഭാഗങ്ങളിലും പുത്തൻ സർവക
ലാശാലകൾ ആരംഭിച്ചിരുന്നു. ഇറ്റലിയിലെ കലാശാലകൾ, ഇംഗ്ലണ്ടിലെ
ഗെഷാം കോളേജ് (1579) എന്നിവയെല്ലാം ആധുനിക വിജ്ഞാനത്തിന്റെ
കേന്ദ്രമായി മാറി.

ശാസ്ത്രപുസ്തകങ്ങളെല്ലാം മാതൃഭാഷയിൽ രചിക്കപ്പെടാൻ തുട
ങ്ങിയതും ഇക്കാലത്തെ പ്രത്യേകതയാണ്. അതുവരെ പണ്ഡിതന്മാരുടെ
ഭാഷയായ ലാറ്റിനിൽ മാത്രമായിരുന്നു അത്തരം ഗ്രന്ഥങ്ങൾ എഴുതപ്പെ
ട്ടിരുന്നത്.

ടാക്കോ ബ്രാഹെ എന്ന ശാസ്ത്രജ്ഞൻ ഫ്രെഡറിക് രണ്ടാമന്റെ
സഹായത്തോടെ ലോകത്തിലെ ഏറ്റവുമാദ്യത്തെ യഥാർഥ ശാസ്ത്രഗ
വേഷണശാല തുടങ്ങി. ദെൻമാർക്കിനടുത്തുള്ള ഒരു ദ്വീപിൽ സ്ഥാപിത
മായ ഈ ഗവേഷണശാലയുടെ പേര് 'യുറാബോർഗ്' എന്നായിരുന്നു.
ബ്രാഹെയും അദ്ദേഹത്തിന്റെ ശിഷ്യനായ കെപ്ലറും ചേർന്ന് കോപ്പർനി
ക്കസിന്റെ സിദ്ധാന്തത്തെ കൂടുതൽ വികസിപ്പിച്ചു.

ഇതിനിടയിലാണ് മഹാനായ ഗിയർദാനോ ബ്രൂണോ രംഗത്തുവ
ന്നത്. കോപ്പർനിക്കസിന്റെ കണ്ടുപിടുത്തങ്ങളുടെ യഥാർഥത്തിലുള്ള
പൊരുൾ മനസിലാക്കിയ ആദ്യത്തെ ശാസ്ത്രജ്ഞരിലൊരാളായിരുന്നു

ബ്രൂണോ

ബ്രൂണോ (1548-1600). നേപ്പിൾസിനടു ത്തുള്ള നോല എന്ന സ്ഥലത്ത് ജനിച്ച ബ്രൂണോ ആദ്യം ഒരു സന്യാസിമഠ ത്തിൽ ചേർന്നു. അദ്ദേഹത്തിന്റെ പുത്തൻ അഭിപ്രായങ്ങൾ മഠാധിപതി കൾക്ക് രസിച്ചില്ല. അങ്ങനെ ബ്രൂണോ യൂറോപ്പു മുഴുവൻ ചുറ്റിസഞ്ചരിക്കാൻ തുടങ്ങി. 1592 ൽ വെനീസിലെത്തിയ അദ്ദേഹത്തെ അവിടത്തെ ഭരണാധികാ രികൾ റോമൻ മതവിചാരണക്കാരുടെ കയ്യിലേൽപ്പിച്ചു. അവർ 8 കൊല്ലം തട വിലടച്ചശേഷം 1600 ൽ അദ്ദേഹത്തെ ജീവനോടെ ചുട്ടുകരിച്ചു. ശാസ്ത്രത്തി ന്റെയും അഭിപ്രായ സ്വാതന്ത്ര്യത്തി ന്റെയും രക്തസാക്ഷിയാണ് ബ്രൂണോ. അദ്ദേഹത്തിന്റെ മരണം ബുദ്ധിജീവി കൾക്കിടയിൽ കൊടുങ്കാറ്റിളക്കിവിട്ടു.

ആ കൊടുങ്കാറ്റിന്റെ യഥാർഥശക്തി തെളിയിച്ചത് നാം നേരത്തെ കണ്ട താടിക്കാരനാണ്. ഗലീലിയോഗലീലി. ഗലീലിയോ വെറും സൈ ദ്ധാന്തിക ശാസ്ത്രജ്ഞനായിരുന്നില്ല. ഓരോ സിദ്ധാന്തത്തെയും നിഷ് കൃഷ്ടമായ പരീക്ഷണങ്ങൾ വഴി തെളിയിക്കാൻ അദ്ദേഹം ശ്രദ്ധിച്ചു.

1610 ൽ ഗലീലിയോ തന്റെ ടെലസ്കോപ്പുപയോഗിച്ച് കോപ്പർനിക്ക സിന്റെ സിദ്ധാന്തത്തിന് വ്യക്തമായ തെളിവുനൽകി. ഗലീലിയോയുടെ സിദ്ധാന്തങ്ങൾ മതമേധാവികളെയും പാരമ്പര്യവിശ്വാസികളെയും നടുക്കി. "ഞാൻ വെറുതെ പറയുന്നതല്ല. ഇതാ തെളിവ്. ഈ ടെലസ്കോപ്പിലൂടെ നോക്കൂ." എന്നദ്ദേഹം ഉറക്കെപ്പറഞ്ഞു. യാഥാസ്ഥിതികരിൽ പലരും ടെല സ്കോപ്പിലൂടെ നോക്കാൻപോലും വിസമ്മതിച്ചു. പക്ഷേ ശാസ്ത്ര ത്തിന്റെ പുരോഗതി തടസ്സപ്പെടുത്താൻ അവർക്ക് കഴിഞ്ഞില്ല. മതമേധാ വികൾ ഗലീലിയോവിനെ വിചാരണ ചെയ്തു. വൃദ്ധനായ ഗലീലിയോ കുറ്റസമ്മതം നടത്തി. അവരദ്ദേഹത്തെ തടവിലിട്ടു. പക്ഷേ അതുകൊ ണ്ടൊന്നും അന്വേഷണബുദ്ധിയുടെ കുതിച്ചുകയറ്റം നിലച്ചില്ല.

ആ കാലഘട്ടത്തിലെ ഏറ്റവും മഹത്തായ ഉപകരണമായിരുന്നു ടെലസ്കോപ്പ്. ടെലസ്കോപ്പുപയോഗിച്ച് ഗലീലിയോ ആവിഷ്കരിച്ച സിദ്ധാന്തങ്ങൾ അനേകായിരം വർഷങ്ങളായി നിലനിന്നിരുന്ന അരിസ്റ്റോ ട്ടിലിന്റെ പ്രപഞ്ചനിയമങ്ങൾക്ക് അവസാനത്തെ ആഘാതമേൽപ്പിച്ചു. ഭൂമിയെ പ്രപഞ്ചത്തിന്റെ കേന്ദ്രസ്ഥാനത്തുനിന്ന് നീക്കം ചെയ്യുകയും സ്വർ ഗത്തെ ഉന്മൂലനം ചെയ്യുകയുമാണ് ഗലീലിയോ ചെയ്തത്. ഈ മഹത്തായ മാറ്റം ജ്യോതിശാസ്ത്രത്തെ മാത്രമല്ല, ജീവിതത്തിന്റെ എല്ലാ രംഗങ്ങളെയും സ്വാധീനിക്കുകയുണ്ടായി.

അതോടെ ആധുനിക ശാസ്ത്രത്തിന്റെ അടിത്തറ പണിയപ്പെട്ടു.

ജ്യോതിശാസ്ത്രരംഗത്തു മാത്രമല്ല, ബലതന്ത്രം, ദ്രവബലതന്ത്രം എന്നിങ്ങനെ ഒട്ടനവധി രംഗങ്ങളിലും പരീക്ഷണ നിരീക്ഷണങ്ങളുടെ രീതി ഗലീലിയോ ആവിഷ്കരിക്കുകയുണ്ടായി. *രണ്ടു ലോകവ്യവസ്ഥകൾ തമ്മി ലുള്ള സംവാദം* എന്ന ഗലീലിയോയുടെ ഗ്രന്ഥം ഭൗതികശാസ്ത്രത്തിന്റെ ആധികാരിക പ്രമാണങ്ങളിലൊന്നാണ്.

ഗലീലിയോ സൃഷ്ടിച്ച ഈ വിപ്ലവം മറ്റു പല രംഗങ്ങളിലേക്കും കടന്നു കയറി. വില്യംഹാർവി (1578-1657) എന്ന ഇംഗ്ലീഷുകാരൻ മനുഷ്യശരീ രത്തെക്കുറിച്ചുള്ള വിപ്ലവകരമായ ഒരു പുതിയ കാഴ്ചപ്പാട് അവതരിപ്പിച്ചു. രക്തചംക്രമണത്തെക്കുറിച്ച് ആദ്യമായി പറഞ്ഞത് ഹാർവിയാണ്. പ്രപ ഞ്ചഘടനയെക്കുറിച്ച് കോപ്പർനിക്കസും ഗലീലിയോയും പറഞ്ഞ പുതിയ കാര്യങ്ങളുടെ സ്വാധീനം ശരീരഘടനയെക്കുറിച്ചുള്ള ഹാർവിയുടെ സിദ്ധാന്തത്തിൽ തെളിഞ്ഞു കാണാമായിരുന്നു. രക്തചംക്രമണത്തെക്കു റിച്ചുള്ള തന്റെ വിഖ്യാതഗ്രന്ഥത്തിൽ (*ദ മൊട്ടു കോർഡിസ്,* 1628) അദ്ദേഹം ഇപ്രകാരം എഴുതി:

"ഹൃദയമാണ് ജീവന്റെ ആരംഭസ്ഥാനം. അത് സൂക്ഷ്മലോകത്തിലെ സൂര്യനാണ്. സൂര്യൻ ലോകത്തിന്റെ ഹൃദയമാണെന്നു പറയുന്നപോലെ, മനുഷ്യശരീരത്തിലെ സൂര്യനാണ് ഹൃദയം."

കോപ്പർനിക്കസിന്റെ വാക്കുകളും ഹാർവിയുടെ വാക്കുകളും തമ്മി ലുള്ള സാദൃശ്യം ശ്രദ്ധേയമാണ്.

1642ൽ ഗലീലിയോ അന്തരിച്ചു. അതേ വർഷത്തിലാണ് മഹാനായ ഐസക് ന്യൂട്ടൻ ജനിച്ചത്.

കോപ്പർ നിക്സസും ഗലീലിയോയും ഹാർവിയുമെല്ലാം ചേർന്ന് സൃഷ് ടിച്ച മഹത്തായ ശാസ്ത്രവിപ്ലവം കൂടുതൽ കൂടുതൽ ശക്തമായി മുന്നേറി. പുതിയ ശാസ്ത്രം ജീവിതത്തിന്റെ എല്ലാ മേഖലകളിലേക്കും വ്യാപിപ്പിക്കു വാൻ ഇംഗ്ലണ്ടുകാരനായ ഫ്രാൻസിസ് ബേക്കൺ, ഫ്രഞ്ചുകാരനായ ദെക്കാർ ത്തെ എന്നീ പ്രമുഖ ദാർശനികർ ബുദ്ധി ജീവികളെ ആഹ്വാനം ചെയ്തു.

ഈ ഘട്ടമായപ്പോഴേക്കും ശാ സ്ത്രം ഒരു മഹാസ്ഥാപനമായി മാറിക്ക ഴിഞ്ഞിരുന്നു. ഇംഗ്ലണ്ടിലും ഫ്രാൻസിലും ശാസ്ത്ര സംഘടനകൾ രൂപംകൊണ്ടു. 1662 ൽ ലണ്ടനിലെ റോയൽ സൊസൈ റ്റിയും 1666 ൽ ഫ്രാൻസിലെ ശാസ്ത്ര അക്കാദമിയും സ്ഥാപിതമായി. ആദ്യകാ ലത്ത് വ്യവസായികൾക്കാവശ്യമായ ശാസ്ത്രവിജ്ഞാനം നൽകുക എന്നതാ യിരുന്നു ഈ സംഘടനകളുടെ ലക്ഷ്യം.

വില്യംഹാർവി

പിൽക്കാലത്ത് അവ ശാസ്ത്രവിജ്ഞാനത്തിന്റെ എല്ലാ രംഗങ്ങളിലും താൽപ്പര്യമെടുത്തുതുടങ്ങി.

സർ ഐസക് ന്യൂട്ടന്റെ മഹാപ്രതിഭ ശാസ്ത്രവിപ്ലവത്തെ അതിന്റെ ഉച്ചകോടിയിലെത്തിച്ചു. ജ്യോതിശാസ്ത്രം, ഗണിതം, ബലതന്ത്രം എന്നു വേണ്ട സർവ രംഗങ്ങളിലും അദ്ദേഹത്തിന്റെ സ്വാധീനമനുഭവപ്പെട്ടു. ന്യൂട്ടന്റെ പ്രസിദ്ധമായ *പ്രിൻസിപ്പിയ* മാത്തമാറ്റിക്ക പ്രസിദ്ധീകൃതമായ തോടെ, അരിസ്റ്റോട്ടിലിന്റെ പഴയ സിദ്ധാന്തങ്ങളുടെ ശവപ്പെട്ടിമേൽ അവ സാനത്തെ ആണി തുളച്ചുകയറി.

ശാസ്ത്രത്തിന്റെ ചരിത്രത്തിലെ ഏറ്റവും മഹത്തരമായ ഒരു കാല ഘട്ടത്തിന്റെ ഏതാനും ഭാഗങ്ങൾ മാത്രമാണ് നാമിവിടെ കണ്ടത്. ഈ ഘട്ടമവസാനിച്ചപ്പോഴേക്ക് ഇന്ന് നാം അറിയുന്ന ആധുനിക ശാസ്ത്രം ഒരു മഹാശക്തിയായി മാറിക്കഴിഞ്ഞിരുന്നു. അതിന്റെ സ്വാധീനം മനു ഷ്യരുടെ കാഴ്ചപ്പാടുകളെയും രാഷ്ട്രങ്ങളുടെ ഭാഗധേയത്തെയുമൊക്കെ നിർണയിക്കാനാരംഭിച്ചിരുന്നു.

ഈ കാലഘട്ടത്തെക്കുറിച്ച് ബെർത്തോൾഡ് ബ്രെഹ്ത്തിന്റെ *ഗലീ ലിയോ* എന്ന നാടകത്തിൽ ഗലീലിയോ പറയുന്നതായി കൊടുത്തിരി ക്കുന്ന വാക്കുകൾ കേൾക്കൂ:

...കഴിഞ്ഞ അനേകായിരം വർഷങ്ങളായി ജനങ്ങൾ വിശ്വസിച്ചിരു ന്നത് സൂര്യനും മറ്റു നക്ഷത്രങ്ങളുമെല്ലാം ഭൂമിയെ ചുറ്റിത്തിരിയു കയാണെന്നാണ്. എത്രയെത്ര പോപ്പുമാരും കർദിനാളന്മാരും പണ്ഡിതന്മാരും കച്ചവടക്കാരും മീൻകാരികളും സ്കൂൾ കുട്ടികളും തങ്ങൾ ഈ സ്ഫടികഗോളത്തിന്റെ മധ്യത്തിൽ നിശ്ചലരായി വാഴുകയാണെന്ന് ഉറച്ചു വിശ്വസിച്ചിരുന്നുവെന്നോ! പക്ഷേ യാഥാർ ഥ്യമെന്താണെന്നോ? നാം, നമ്മുടെ ഭൂമി, ശൂന്യാകാശത്തിൽ അതി വേഗം ചലിച്ചുകൊണ്ടിരിക്കയാണ്. പഴയകാലം പോയ്മറഞ്ഞു കഴി ഞ്ഞു. ഒരു പുതുയുഗം ആരംഭിച്ചിരിക്കുന്നു. കഴിഞ്ഞ ഒരു നൂറ്റാ ണ്ടായി ജനങ്ങൾ എന്തൊക്കെയോ പ്രതീക്ഷിച്ചുകൊണ്ടിരിക്കുക യായിരുന്നു എന്നു തോന്നുന്നു.

... ഇടുങ്ങിയ തെരുവീഥികൾ പോലെയാണ് മനുഷ്യരുടെ മനസ്സ്. അന്ധവിശ്വാസങ്ങൾ, പ്ലേഗ് അങ്ങനെ എന്തൊക്കെയാണതിൽ! പക്ഷേ എല്ലാക്കാലവും ഇങ്ങനെയാകണമെന്നില്ല എന്ന് നാം ഉറക്കെ പറയാനാരംഭിച്ചിരിക്കുന്നു. കാരണം, എല്ലാം ചലിച്ചുകൊ ണ്ടെയിരിക്കയാണ് എന്ന് നമുക്കറിയാം.

ഇതിന്റെയെല്ലാം തുടക്കം കപ്പലിൽ നിന്നാണ് എന്നെനിക്കു തോന്നുന്നു. കടൽത്തീരത്തിലൂടെ മാത്രം നടന്നുശീലിച്ച മനുഷ്യൻ ഒരുനാൾ തീരംവിട്ട് നടുക്കടലിലേക്കു തിരിച്ചു. നമ്മുടെ ഈ പഴയ വൻകരയിൽ ഒരു കിംവദന്തി പരന്നു. വേറെയും വൻകരകളുണ്ട്.

കപ്പൽകയറി നാം അവിടെയൊക്കെ എത്തിച്ചേർന്നിരിക്കുന്നു. ഈ മഹാസമുദ്രം ഇന്നൊരു കൊച്ചു കുളംപോലെ ചെറുതായിരിക്കു ന്നു. എല്ലാത്തിന്റെയും കാരണം കണ്ടെത്താനുള്ള അദമ്യമായ അഭിവാഞ്ഛരയാണെങ്ങും... ഓരോ ദിവസവും പുതുതായി എന്തെ ങ്കിലും കണ്ടുപിടിക്കപ്പെടുന്നു. വൃദ്ധന്മാർ പോലും പുതിയ പുതിയ കാര്യങ്ങളെക്കുറിച്ച് ചെറുപ്പക്കാർ പറയുന്നത് ഉത്സാഹപൂർവം ചെവിയോർക്കുന്നു.

എത്രയോ കാര്യങ്ങൾ കണ്ടുപിടിക്കപ്പെട്ടിരിക്കുന്നു. പക്ഷേ ഇനിയും എന്തെല്ലാം ബാക്കികിടക്കുകയാണെന്നോ...

രണ്ടായിരം വർഷങ്ങളായി വിശ്വാസത്തിന്റെ തേർവാഴ്ച നടന്നി ടത്ത് ഇപ്പോഴിതാ സംശയത്തിന്റെ അങ്കുരങ്ങൾ മുളപൊട്ടിയിരി ക്കുന്നു. ആളുകളെല്ലാം ഇപ്പോൾ പറയുന്നതെന്താണെന്നോ? എല്ലാ കാര്യങ്ങളും ഗ്രന്ഥങ്ങളിൽ എഴുതിവച്ചിട്ടുണ്ട് എന്നതെല്ലാം ശരിതന്നെ. പക്ഷേ ഇനി അതെല്ലാം ഞങ്ങൾ നേരിട്ടൊന്ന് നോ ക്കട്ടെ എന്ന്. ഏറ്റവും പരിപാവനമായ കാര്യങ്ങൾ പോലും ചോദ്യം ചെയ്യപ്പെട്ടു തുടങ്ങിയിരിക്കുന്നു...

അതിശക്തമായൊരു കൊടുങ്കാറ്റ് ഉയർന്നിരിക്കുന്നു. രാജകുമാര ന്മാരുടെയും വൈദികരുടെയും സ്വർണാങ്കിത വസ്ത്രാഞ്ചലത്തെ പ്പോലും പാറിപ്പറപ്പിക്കുന്ന ഒരു പ്രചണ്ഡവാതം. ആ വസ്ത്രാഞ്ച ലങ്ങൾക്കിടയിലേക്ക് നോക്കൂ. അവരുടെ തടിച്ചതും മെലിഞ്ഞതു മായ കാലുകൾ കാണുന്നില്ലേ? നമ്മുടേതുപോലുള്ള കാലുകൾ... ആകാശങ്ങളുടെ രഹസ്യം തെളിഞ്ഞുകഴിഞ്ഞിരിക്കുന്നു...

പുത്തൻ യന്ത്രങ്ങൾ ചലിച്ചു തുടങ്ങിയിരിക്കുന്നു. തുറമുഖങ്ങ ളിലും പണിശാലകളിലും അഞ്ഞൂറ് കൈകൾ ഒരുമിച്ച് ചലിക്കു ന്നു. പുതിയൊരു ശൈലിയിൽ. പുതിയൊരു താളത്തിൽ.

നമ്മുടെ ആയുഷ്കാലത്തിനിടയിൽ ജ്യോതിശാസ്ത്രം അങ്ങാടി പ്പാട്ടാവുമെന്ന് ഞാനിതാ പ്രവചിക്കുന്നു. മുക്കുവക്കുട്ടികൾപോലും പാഠശാലകളിലെത്തുന്ന കാലം വരും. പുതിയ ജ്യോതിശാസ്ത്രം ഭൂമിയെ സ്വതന്ത്രമായി കറങ്ങാൻവിടുന്ന വാർത്ത കേൾക്കുമ്പോൾ പട്ടണവാസികൾ ആഹ്ലാദഭരിതരാകും. നക്ഷത്രങ്ങളെ സ്ഫടിക ഗോളത്തിൽ ഉറപ്പിച്ചുവച്ചിരിക്കയാണെന്നാണല്ലോ ഇത്രയും കാലം പറഞ്ഞിരുന്നത്. പക്ഷേ ഇന്നിതാ അവയെ ശൂന്യാകാശത്തിൽ കെട്ടഴിച്ചുവിടാൻ നമുക്ക് ധൈര്യം വന്നിരിക്കുന്നു. അവയതാ ആകാശത്തിലൂടെ ഇരമ്പിപ്പായുന്നു. മഹാസാഗരങ്ങളെ കുറുകെ മുറിച്ചു കുതിക്കുന്ന നമ്മുടെ കപ്പലുകളെപ്പോലെ.

ബ്രെഹത്

ഭൂമി അങ്ങനെ നിർബാധം സൂര്യനു ചുറ്റും കറങ്ങുകയാണ്. മീൻകാരികളും കച്ചവടക്കാരും രാജകുമാരന്മാരും എന്തിന് പോപ്പുപോലും അതിനൊപ്പം കറങ്ങുന്നു. ഒറ്റ രാത്രികൊണ്ട് ഭൂമിക്ക് അതിന്റെ കേന്ദ്രസ്ഥാനം നഷ്ടപ്പെ ട്ടിരിക്കുന്നു. പ്രഭാതം വിടർന്നപ്പോ ഴേക്ക് അതിന് അനേകം കേന്ദ്രങ്ങൾ ഉണ്ടായിവന്നു. അതെ. ഇന്നിപ്പോൾ ഒന്നുകിൽ ഏതും പ്രപഞ്ചത്തിന്റെ കേന്ദ്രമാണ്. അല്ലെങ്കിൽ അതിന് കേന്ദ്രമേയില്ല.

ഒരു നിമിഷംകൊണ്ട് എന്തൊരു വലിയ വിശാലതയാണ് കൈവന്നി രിക്കുന്നത്... (*ഗലീലിയോ – ബെർ ത്തോൾഡ് ബ്രെഹത്*)

ശാസ്ത്രവിപ്ലവത്തിന്റെ മുഴുവൻ ആവേശവും ഈ വാക്കുകളിൽ കാണാം. അതെ. പുതിയൊരു കാലം ആരംഭിക്കുകയായി.

വാട്ടിന്റെ മാസ്മരയന്ത്രമേ നിന്റെ ആജ്ഞാശക്തിക്ക് സമാനമായി ഒന്നു മില്ല. നിന്റെ ആജ്ഞാശക്തിക്കുമുന്നിൽ നിഷ്ഠൂരനായ രാജാവ് നിഷ്പ്രഭനാകുന്നു. അയാളുടെ ശക്തി നാശം വിതയ്ക്കുമ്പോൾ നിന്റേത് സൃഷ്ടിക്കുകയും സംരക്ഷിക്കുകയും ചെയ്യുന്നു. അയാളുടെ വിജയകഥകൾ ശവക്കല്ലറകളിൽ രക്തത്താലെഴുതപ്പെടുമ്പോൾ, നിന്റെ നേട്ടങ്ങൾ ഫലങ്ങളും പുഷ്പങ്ങളുമെന്നപോലെ ജീവിക്കുകയും വളരുകയും ചെയ്യുന്നു.

എബ്നസർ എലിയെട്ട്

9

തീവണ്ടിയിൽവന്ന പുതുലോകം

മദിരാശിയിൽനിന്ന് വരുന്ന മകനെയും മരുമകളെയും സ്വീകരി ക്കാൻ തീവണ്ടിയാപ്പീസിലേക്കു പോകുമ്പോൾ ശങ്കുണ്ണിനായർ പാച്ചു മൂപ്പരെയും വിളിച്ചു. "മൂപ്പരുംകൂടി പോരൂ. എനിക്ക് ഒരു സഹായമാവു മല്ലോ. കുട്ടികൾക്കും വല്യ സന്തോഷമാവും" എന്ന് ശങ്കുണ്ണിനായർ പറ ഞ്ഞപ്പോൾ പാച്ചുമൂപ്പർ മറുത്തൊന്നും പറയുകയുണ്ടായില്ല. ദുബായി ക്കാരൻ മുഹമ്മദ്കുട്ടി കൊടുത്ത ഫോറിൻ ബനിയനൊക്കെ ധരിച്ച് പുറ പ്പെട്ടപ്പോൾ മൂപ്പർക്കൊരു പത്തുവയസ്സ് കുറഞ്ഞതുപോലെ തോന്നി.

തീവണ്ടിയാപ്പീസിലെത്തി അന്വേഷിച്ചപ്പോൾ മദിരാശിവണ്ടി മുക്കാൽ മണിക്കൂർ വൈകിയേ എത്തൂ എന്നറിഞ്ഞു. ശങ്കുണ്ണിനായരും പാച്ചുമൂ പ്പരുംകൂടി പ്ലാറ്റ്ഫോമിലെ പടുകൂറ്റൻ മാവിന്റെ ചുവട്ടിലുള്ള സിമന്റുബ ഞ്ചിൽ ഇരുന്നു. മഞ്ഞച്ചായം പൂശിയ തീവണ്ടിയാപ്പീസും നീണ്ടു കിട ക്കുന്ന തീവണ്ടിപ്പാളവുമൊക്കെ കണ്ടപ്പോൾ മൂപ്പരുടെ ഓർമകൾ അനേ കവർഷം പുറകിലേക്കോടി. മൂപ്പർക്ക് എട്ടോ ഒമ്പതോ വയസുള്ളപ്പോ ഴാണ് ഞങ്ങടെ നാട്ടിൻപുറത്തിനടുത്തുള്ള പട്ടണത്തിലൂടെ ആദ്യമായി തീവണ്ടിയോടിയത്. മദിരാശിയിൽനിന്ന് മംഗലാപുരത്തേക്കുള്ള വണ്ടി. സായ്പന്മാർ പട്ടാളത്തെക്കൊണ്ടുപോകാൻ ഉണ്ടാക്കിയ വണ്ടിയാണെ ന്നാണ് ആളുകളെല്ലാം പറഞ്ഞിരുന്നത്. ആദ്യമായി തീവണ്ടി കണ്ടത് മൂപ്പർക്കിപ്പോഴും നല്ല ഓർമയുണ്ട്. അമ്മാവന്റെ കയ്യും പിടിച്ച് പുതുതായി പണിചെയ്ത കമ്പിവേലിക്കപ്പുറത്ത് കാത്തുനിൽക്കുമ്പോഴാണ് ഉറക്കെ കൂവിക്കൊണ്ട് വണ്ടി വന്നുനിന്നത്. അപ്പോൾ ആ പ്രദേശമാകെ കുലു ങ്ങി. കണ്ടവരെല്ലാം പേടിച്ചുപോയി. "പിശാചിന്റെ മോന്തപോലെയുണ്ട് അതിന്റെ മുൻഭാഗം" വണ്ടിയെപ്പറ്റി അമ്മാവൻ പറഞ്ഞതങ്ങനെയാണ്. "അമ്മോ! അതിനകത്ത് ഒരടുപ്പു കണ്ടില്ലേ? അമ്പതുപറ അരിവയ്ക്കാം

അതില്" വേറെ ആരോ പറഞ്ഞു. എല്ലാവർക്കും അതിശയമായിരുന്നു. കുട്ടിയായിരുന്ന പാച്ചു ഒന്നും മിണ്ടിയില്ല... കാലമെത്ര കഴിഞ്ഞു! മൂപ്പരോർത്തു.

"മൂപ്പരേ വണ്ടി വരാറായീന്നാ തോന്നണത്. മണിയടി കേട്ടു." ശങ്കുണ്ണിനായർ വിളിച്ചപ്പോഴാണ് മൂപ്പർക്ക് സ്ഥലകാലബോധമുണ്ടായത്.

"ഞാ. ഉവ്വോ, ഞാൻ പഴയ കാര്യങ്ങളൊക്കെ ഓർമിച്ചിരുന്നുപോയതാ. കാലംപോയ പോക്ക്..."

അവർ സംസാരിച്ചുകൊണ്ടിരിക്കുന്നതിനിടയിൽ നടുക്കുന്ന ശബ്ദ ത്തോടെ മദിരാശിവണ്ടി പ്ലാറ്റ്ഫോമിൽ വന്നുനിന്നു.

*   *   *

ഞങ്ങളുടെ നാട്ടിൻപുറത്തുള്ള പട്ടണത്തിൽ ആദ്യത്തെ തീവണ്ടി കൂവിവിളിച്ചുകൊണ്ട് വന്നുനിന്നതിന്റെ ഒരു നൂറ്റാണ്ടുമുമ്പ് ഇംഗ്ലണ്ടിൽ തീവണ്ടികളോടിത്തുടങ്ങി. 1829 ലാണ് ജോർജ് സ്റ്റീവൻസൺ നിർമിച്ച 'റോക്കറ്റ്' എന്നുപേരുള്ള ഒന്നാമത്തെ തീവണ്ടി ലങ്കാഷയറിനടുത്തുള്ള സെന്റ് ഹെലൻസിൽ പ്രദർശിപ്പിക്കപ്പെട്ടത്.

അതിനും അൻപതുവർഷം മുമ്പ് ജെയിംസ് വാട്ട്, നീരാവി എഞ്ചിൻ ആവിഷ്കരിച്ചിരുന്നു. ആദ്യത്തെ തീവണ്ടി വന്നുനിന്നപ്പോൾ പാച്ചുമൂപ്പർക്കും അമ്മാവനും മറ്റു നാട്ടുകാർക്കുമുണ്ടായ നടുക്കമില്ലേ, അതിനേക്കാൾ പലമടങ്ങ് ശക്തമായ നടുക്കമാണ് നീരാവി എഞ്ചിന്റെ കണ്ടുപിടുത്തം ഇംഗ്ലണ്ടിലുണ്ടാക്കിയത്. ആ നടുക്കത്തോടെയാണ് വ്യവസായ യുഗത്തിന്റെ കാഹളമുയർന്നത്.

ആദ്യത്തെ തീവണ്ടി

വ്യവസായ വിപ്ലവം

പതിനെട്ടാം നൂറ്റാണ്ടിന്റെ തുടക്കമായപ്പോഴേക്ക് ഇംഗ്ലണ്ടിൽ ഒന്നി നുപുറകെ ഒന്നായുണ്ടായ അനവധി മാറ്റങ്ങളാണ്, നാം നേരത്തെ കണ്ട ശാസ്ത്ര വിപ്ലവത്തെ പിന്തുടർന്ന് വ്യവസായവിപ്ലവത്തിന്റെ വരവിന് കള മൊരുക്കിയത്.

പതിനേഴാം നൂറ്റാണ്ടിൽ കച്ചവടരംഗത്തുണ്ടായ വികാസം വ്യാപാ രികളുടെ കയ്യിൽ ധാരാളം സമ്പത്തുണ്ടാകാൻ കാരണമാക്കി. ഉണ്ടാ ക്കിയ പണം നിക്ഷേപിക്കാൻ പറ്റിയ ധാരാളം വ്യവസായ സംരംഭങ്ങൾ നാട്ടിൽ പല ഭാഗത്തായി ആരംഭിച്ചിരുന്നു. കൽക്കരി ഖനികൾ, ഇരുമ്പ് വ്യവസായം അങ്ങനെ പലതും. കപ്പൽഗതാഗതത്തിന്റെ വികാസം സാധ നങ്ങൾ വിൽക്കുന്നതിന് ലോകമെമ്പാടും ഒട്ടനവധി പുതിയ വിപണികൾ നേടിക്കൊടുത്തു. ഇതിന്റെയെല്ലാം കൂടെ വ്യവസായരംഗത്തെ സഹാ യിക്കാൻ തയാറായി ശാസ്ത്രം നിൽക്കുന്നുമുണ്ടായിരുന്നു.

ഏറ്റവുമാദ്യം വമ്പിച്ച മാറ്റങ്ങളുണ്ടായത് തുണിവ്യവസായരംഗത്താണ്. ഇംഗ്ലണ്ടിലും മറ്റു രാജ്യങ്ങളിലും തുണിക്ക് ആവശ്യക്കാർ വർധിച്ചു. ഈ സന്ദർഭം തുണിവ്യവസായികൾ ശരിക്കും പ്രയോജനപ്പെടുത്തി. ഇന്ത്യ യിൽനിന്ന് ഇറക്കുമതി ചെയ്തിരുന്ന കൈത്തറി തുണികളായിരുന്നു അന്ന് ഇംഗ്ലണ്ടിൽ പ്രധാനമായും ഉപയോഗിച്ചുകൊണ്ടിരുന്നത്. പക്ഷേ താമസിയാതെ ഇന്ത്യയിൽനിന്നുമുള്ള തുണിയുടെ ഇറക്കുമതി നിരോ ധിക്കപ്പെട്ടു. പകരം പരുത്തി ഇറക്കുമതി ചെയ്താൽമതിയെന്ന് ബ്രിട്ടൻ തീരുമാനിച്ചു. ഇവിടെനിന്ന് കൊണ്ടുപോകുന്ന പരുത്തി, തുണിയാക്കി മാറ്റുന്നതിന് ഇംഗ്ലണ്ടിൽ വമ്പിച്ച തുണിമില്ലുകൾ ഉണ്ടാകാൻ തുടങ്ങി.

തുണിമില്ലുകളെ സഹായിക്കാൻ പലപല യന്ത്രസംവിധാനങ്ങളും ആവി
ഷ്കരിക്കപ്പെട്ടു. 1764 ൽ ഹാർഗ്രീപ് എന്നയാൾ സ്പിന്നിങ്ജെന്നി കണ്ടു
പിടിച്ചു. തുടർന്ന് നൂൽനൂൽപ്പും നെയ്ത്തും യന്ത്രവൽക്കരിക്കാൻ സഹാ
യകമായ കണ്ടുപിടുത്തങ്ങളുടെ ഒരു ഘോഷയാത്രതന്നെ നടന്നു. ഒടു
വിൽ നീരാവിയന്ത്രം കൂടി വന്നപ്പോൾ നെയ്ത്തുവ്യവസായം പണ്ടൊരി
ക്കലുമില്ലാത്തവിധം അഭിവൃദ്ധി പ്രാപിച്ചു. ഇംഗ്ലണ്ടിലെ യോർക്ക്ഷയറും
ലങ്കാഷയറുമെല്ലാം കൂറ്റൻ നെയ്ത്തുവ്യവസായ നഗരങ്ങളായി മാറി. ഇന്ത്യ
യെപ്പോലുള്ള കോളനികളെ കൊള്ളയടിച്ചുണ്ടാക്കിയ സമ്പത്തുപയോ
ഗിച്ചുകൊണ്ട് ഇംഗ്ലണ്ടിലെ വ്യവസായികൾ കൂടുതൽ കൂടുതൽ വലിയ
വ്യവസായശാലകൾ ആരംഭിച്ചു.

ഈ മാറ്റങ്ങൾ സാമൂഹ്യരംഗത്ത് വമ്പിച്ച പ്രത്യാഘാതങ്ങൾ സൃഷ്ടിച്ചു.
കൃഷിക്കാരുടെയും ചെറുകിട വ്യവസായികളുടെയും കാലം കഴിയുക
യായി. കൈകൊണ്ടുണ്ടാക്കുന്നതിനേക്കാൾ പതിന്മടങ്ങ് വേഗത്തിലും
ലാഭകരമായും തുണിത്തരങ്ങളും മറ്റു സാധനസാമഗ്രികളും ഉണ്ടാക്കാ
മെന്ന് വന്നതോടെ ചെറുകിടവ്യവസായങ്ങൾ തകർന്നു. നേരത്തെ കൃഷി
യിലും ചെറുകിട വ്യവസായങ്ങളിലും ഏർപ്പെട്ടിരുന്നവർ തൊഴിൽതേടി
വൻവ്യവസായ നഗരങ്ങളിലെത്തി. തൊഴിലാളികളുടെ ഒരു കൂറ്റൻ പട
തന്നെ ഉണ്ടായിവന്നു. അവർ വൻകിട മുതലാളിമാർക്കുവേണ്ടി അധ്വാ
നിക്കാനാരംഭിച്ചു.

നെയ്ത്തുവ്യവസായ രംഗത്ത് ആരംഭിച്ച മാറ്റം, ക്രമേണ മറ്റുരംഗ
ങ്ങളിലേക്കും വ്യാപിച്ചു. നെയ്ത്തുയന്ത്രങ്ങൾക്ക് ധാരാളം ആവശ്യക്കാ
രുണ്ടായതോടെ ഇരുമ്പുവ്യവസായം വികസിച്ചുതുടങ്ങി. അതുപോലെ
തുണികൾക്ക് നിറം പകരാൻ ആവശ്യമായ ചായങ്ങളും മറ്റും വൻതോ
തിൽ ഉണ്ടാക്കേണ്ടി വന്നപ്പോൾ രാസവ്യവസായം അഭിവൃദ്ധി പ്രാപി
ച്ചു. തുണി, ഇരുമ്പ്, രാസവ്യവസായങ്ങൾ എന്നിവ വളർന്നതിനൊപ്പം
കൽക്കരി ഖനനം, ഗതാഗതം എന്നീ രംഗങ്ങളിലും പുരോഗതിയുണ്ടാ
വാതെ നിർവാഹമില്ലെന്ന് വന്നു. ഓരോ ഘട്ടത്തിലും വ്യവസായരംഗത്തെ
പ്രശ്നങ്ങൾ പരിഹരിക്കാൻ ശാസ്ത്രം വന്നെത്തി.

വ്യവസായങ്ങളിൽ മുതൽമുടക്കിയവരുടെ ലാഭം പെരുകി. ഉൽപ്പാ
ദനം വൻതോതിൽ വർധിച്ചു. അതോടൊപ്പം, തൊഴിലാളികളുടെ ജീവിതം
കഠിനതരമായിത്തീർന്നു. പുതിയൊരു സാമൂഹ്യവ്യവസ്ഥ — മുതലാളിത്തം —
ആരംഭിക്കുകയായി...

ശാസ്ത്രവും വ്യവസായവും പരസ്പരം കൈകോർത്തു മുന്നേറുന്ന
കാഴ്ചയാണ് ഇക്കാലത്ത് കാണാൻ കഴിയുന്നത്. വ്യവസായങ്ങളുടെ
വികാസം ശാസ്ത്രത്തിന്റെ മുന്നിൽ വെല്ലുവിളികളുണർത്തി. പുതിയ
പ്രശ്നങ്ങൾ പരിഹരിക്കുന്നതിനായി ശാസ്ത്രജ്ഞർ കഠിനാധ്വാനം
ചെയ്തു. ശാസ്ത്രജ്ഞരുടെ പുതിയ കണ്ടുപിടുത്തങ്ങൾ പ്രയോജന
പ്പെടുത്തിക്കൊണ്ട് വ്യവസായങ്ങൾ വീണ്ടും മുന്നോട്ടുകുതിച്ചു.
ഉൽപ്പാദനോപകരണങ്ങളിലുണ്ടായ വമ്പിച്ച മാറ്റങ്ങളുടെ ഫലമായി

ഉണ്ടായ ഗണ്യമായ ഉൽപ്പാദനവർധനവിന് മൊത്തത്തിൽ പറയുന്ന പേ രാണ് 'വ്യവസായ വിപ്ലവം.' ഈ വിപ്ലവത്തിന്റെ അലകൾ ജീവിതത്തിന്റെ എല്ലാ മണ്ഡലങ്ങളെയും സ്പർശിച്ചു. ഈ അലകൾ ഇംഗ്ലണ്ടിൽ മാത്രമായി ഒതുങ്ങിനിന്നില്ല. അവ ഫ്രാൻസിലേക്കും റഷ്യയിലേക്കും ഇറ്റലിയി ലേക്കും ജർമനിയിലേക്കും വ്യാപിച്ചു.

വ്യവസായരംഗത്ത് പ്രത്യക്ഷപ്പെട്ട ഉന്മേഷം വിജ്ഞാനരംഗത്തും സാമൂഹ്യരാഷ്ട്രീയ മണ്ഡലങ്ങളിലുമെല്ലാം പടർന്നുകയറി. ഫ്രാൻസിൽ ഇക്കാലത്താണ് സുപ്രസിദ്ധമായ 'വിജ്ഞാനകോശ പ്രസ്ഥാനം' ഉയർന്നു വന്നത്. ഡിഡറോട്ട്, ഡി ആലംബെർട്ട് എന്നീ പ്രതിഭാശാലികളുടെ നേതൃ ത്വത്തിൽ 35 വാല്യങ്ങളുള്ള ശാസ്ത്രവിജ്ഞാനകോശം പ്രസിദ്ധീകരി ക്കപ്പെട്ടു. അറിവിന്റെ എല്ലാ ശാഖകളെക്കുറിച്ചുമുള്ള വിശദവിവരങ്ങളട ങ്ങിയ ഈ വിജ്ഞാനകോശം ഫ്രാൻസിലെ സ്വതന്ത്രചിന്തകരായ ബുദ്ധി ജീവികളുടെ ബൈബിളായാണ് അറിയപ്പെടുന്നത്. ഫ്രാൻസിലെ സ്വേച്ഛാ ധിപത്യത്തിനെതിരായി നടന്ന സുപ്രസിദ്ധമായ ഫ്രഞ്ച് വിപ്ലവത്തിന് വിത്തു പാകുന്നതിൽ ഈ പ്രസ്ഥാനത്തിന് വലിയ പങ്കുണ്ടായിരുന്നു.

ഈ കാലഘട്ടത്തിൽ വിജ്ഞാനരംഗത്ത് കാണപ്പെട്ട നവോന്മേഷ ത്തിന്റെ പ്രതീകമാണ് ബഞ്ചമിൻ ഫ്രാങ്ക്ളിൻ. അമേരിക്കയിലെ പുത്തൻ കോളനികളിലൊന്നിൽ ജനിച്ച ഫ്രാങ്ക്ളിൻ ശാസ്ത്രരംഗത്തും രാഷ്ട്രീയ രംഗത്തും ഒരുപോലെ വ്യക്തിമുദ്ര പതിപ്പിക്കാൻകഴിഞ്ഞ ആളാണ്. വൈദ്യുതിയുടെ കണ്ടുപിടുത്തത്തിലേക്ക് നയിച്ച ആദ്യകാല സിദ്ധാന്ത ങ്ങൾ ഫ്രാങ്ക്ളിനാണ് ആവിഷ്കരിച്ചത്. അമേരിക്കൻ കോളനികളുടെ സ്വാതന്ത്ര്യത്തിനുവേണ്ടി ആദ്യമായി ശബ്ദമുയർത്തിയ പ്രശസ്തരിൽ ഒരാളും ഫ്രാങ്ക്ളിൻ തന്നെ. തന്റെ തലമുറയിലെ ഒട്ടനേകം ചെറുപ്പക്കാരെ ശാസ്ത്രകാര്യങ്ങളിൽ താൽപ്പര്യമുള്ളവരാക്കാൻ അദ്ദേഹത്തിനു കഴിഞ്ഞു.

ശാസ്ത്രജ്ഞരും എഞ്ചിനീയർമാരും മറ്റ് ബുദ്ധിജീവികളും പരസ്പരം കൂടുതൽ ഇടപഴകുകയും ആശയങ്ങൾ കൈമാറുകയും ചെയ്തിരുന്ന കാലമാണത്. ഇത്തരത്തിലുള്ള അനൗപചാരിക ക്ലബ്ബുകളിൽ ഏറ്റവും പ്രശസ്തമായ ഒന്നായിരുന്നു ബർമിങ് ഹാമിലെ 'കിറുക്കന്മാരുടെ ക്ലബ്' (ലൂണാർ ക്ലബ്). എല്ലാ മാസവും പൗർണമിദിവസങ്ങളിൽ അവർ ഒത്തു ചേർന്ന് സൂര്യനുതാഴെയുള്ള സർവകാര്യങ്ങളെക്കുറിച്ചും ആലോചിക്കുക പതിവായിരുന്നു. ഇരുമ്പുവ്യവസായ പ്രമുഖന്മാരിലൊരാളായ ജോൺ വിൽക്കിൻസൺ (ഇദ്ദേഹത്തിന്റെ സ്വപ്നവും ജീവിതവുമെല്ലാം ഇരുമ്പാ യിരുന്നു. ഒടുവിൽ അദ്ദേഹത്തെ അടക്കം ചെയ്തതും ഇരുമ്പുപെട്ടിയിലാണ്), മൺപാത്ര വ്യവസായത്തിൽ താൽപ്പര്യമുണ്ടായിരുന്ന വെഡ്ജ് വുഡ്, സാമൂഹ്യ പരിഷ്കർത്താവായിരുന്ന എഡ്ജ് വർത്ത്, ചാൾസ് ഡാർവിന്റെ പിതാവും കവിയുമായിരുന്ന എറാസ്മസ് ഡാർവിൻ, പ്രമുഖ രസതന്ത്ര ജ്ഞനായ ജോസഫ് പ്രീസ്റ്റലി (ഇദ്ദേഹമാണ് ഓക്സിജൻ കണ്ടുപിടിച്ചത്), നീരാവിയന്ത്രത്തിന്റെ പിതാവായ ജെയിംസ് വാട്ട്, പ്രമുഖ വ്യവസായി

ജോസഫ് പ്രീസ്റ്റ്ലി

യായിരുന്ന മാത്യു ബോൾട്ടൻ എന്നി വരെല്ലാം ഈ സംഘത്തിൽ അംഗങ്ങ ളായിരുന്നു. ഇവരുടെ ആലോചനക ളിലും ചർച്ചകളിലും പിൽക്കാലത്ത് മഹത്തായ പല കണ്ടുപിടുത്തങ്ങളി ലേക്കും നയിച്ച ഒട്ടേറെ കാര്യങ്ങളു ണ്ടായിരുന്നു. പുതിയൊരു വിജ്ഞാന വിസ്ഫോടനത്തിന് തുടക്കം കുറിച്ച വരായിരുന്നു ഈ 'കിറുക്കന്മാർ.'

ഈ ഘട്ടത്തിൽ ഏറ്റവുമധികം അഭിവൃദ്ധി പ്രാപിച്ച ശാസ്ത്രശാഖക ളിലൊന്നാണ് രസതന്ത്രം. നെയ്ത്തു വ്യവസായത്തിന്റെ വികാസവും തൽഫ ലമായി കൃത്രിമ ചായങ്ങൾക്കുണ്ടായ വർധിച്ച ആവശ്യവുമാണ്, തുടക്ക ത്തിൽ രസതന്ത്രത്തിന്റെ വികാ

സത്തെ സഹായിച്ചത്. ജോസഫ് പ്രീസ്റ്റ്ലി, വാൾട്ടർ ഷീലെ (സ്വീഡൻ), ലാവോഷെ (ഫ്രാൻസ്) തുടങ്ങി ഒട്ടേറെ പ്രമുഖ രസതന്ത്രജ്ഞന്മാർ ഇ ക്കാലത്ത് പ്രവർത്തനം നടത്തുകയുണ്ടായി. പ്രീസ്റ്റ്ലിയും ലാവോഷെയും ശാസ്ത്രരംഗത്ത് മാത്രമല്ല, സാമൂഹ്യ, രാഷ്ട്രീയ രംഗങ്ങളിലും വ്യക്തിമുദ്ര പതിപ്പിക്കുകയുണ്ടായി. ഉൽപ്പതിഷ്ണുവായ പ്രീസ്റ്റ്ലിയുടെ ഭവനം രാജാ വിന്റെയും പള്ളിയുടെയും ആളുകൾ കത്തിച്ചുകളയുകപോലുമുണ്ടായി. ലാവോഷെയും യാഥാസ്ഥിതിക ഫ്രഞ്ച് ഗവൺമെന്റിന്റെ എതിർപ്പിനു വിധേയനായി.

ജീവശാസ്ത്രരംഗത്തും പുരോഗതിയുണ്ടായി. കപ്പൽ യാത്രകൾക്കി ടയിൽ കണ്ട സസ്യവർഗങ്ങളും മറ്റും ശേഖരിക്കുന്നത് പലർക്കും ഭ്രമമാ യിരുന്നു. ഇങ്ങനെ മനസിലാക്കാൻ കഴിഞ്ഞ കാര്യങ്ങൾ പല പുതിയ വിജ്ഞാനശാഖകൾക്കും രൂപം നൽകി. ഇക്കൂട്ടത്തിൽ ഏറ്റവും പ്രമുഖമാ യത് സസ്യശാസ്ത്രത്തിന്റെ ആവിർഭാവമാണ്. കാൾലിന്നസ് എന്ന സ്വീ ഡൻകാരനാണ് സസ്യശാസ്ത്രത്തിന്റെ പിതാവായി അറിയപ്പെടുന്നത്. സസ്യങ്ങളെ വർഗീകരിക്കുന്ന സമ്പ്രദായം അദ്ദേഹമാണ് ആവിഷ്കരിച്ചത്.

*　　　　*

ശാസ്ത്രത്തിനുണ്ടായ പുരോഗതിയും ശാസ്ത്രീയ മനോഭാവത്തിന്റെ വളർച്ചയും യൂറോപ്പിന്റെ ഒട്ടനേകം ഭാഗങ്ങളിലേക്ക് പരന്നത് ഇക്കാല ത്താണ്. ഈ മനോഭാവം നിലവിലുള്ള അരാജകത്വത്തിനെതിരെ പട പൊരുതാൻ ഫ്രഞ്ച് വിപ്ലവകാരികളെ സഹായിച്ചു. ഫ്രഞ്ച് വിപ്ലവാചാര്യ ന്മാരായ വാൾട്ടയർ, റൂസോ എന്നിവരെയെല്ലാം സ്വാധീനിച്ചിരുന്നു ഈ മനോഭാവം.

ഫ്രഞ്ച് വിപ്ലവത്തെ തുടർന്ന് ഫ്രാൻസിൽ ശാസ്ത്രരംഗത്ത് നവോ

ന്മേഷം പരന്നു. ഒട്ടനവധി പുതിയ ശാസ്ത്രഗവേഷണ സ്ഥാപനങ്ങൾ ഉടലെടുത്തു. ആധുനിക ശാസ്ത്ര വിദ്യാഭ്യാസരീതിക്ക് തുടക്കം കുറിച്ചത് ഫ്രാൻസിലെ ഈ പഠന ഗവേഷണശാലകളാണ് എന്നുപറയാം. ശാസ്ത്ര പ്രൊഫസർമാരും മറ്റും ഉണ്ടായിവന്നത് ഇക്കാലത്താണ്.

പഞ്ചാമ്പതാം നൂറ്റാണ്ടായപ്പോഴേക്ക്, മുതലാളിത്ത വ്യവസ്ഥിതി ഉറച്ചുകഴിഞ്ഞിരുന്നു. വ്യവസായവിപ്ലവം പൂർത്തിയായിക്കഴിഞ്ഞിരുന്നു. വ്യവസായവൽക്കൃതരാജ്യങ്ങളിൽ പടുകൂറ്റൻ നഗരങ്ങൾ ഉയർന്നു. പുക തുപ്പുന്ന ഫാക്ടറികൾ അട്ടഹാസം മുഴക്കിത്തുടങ്ങി. പുതിയ ഗതാഗത മാർഗങ്ങൾ ജീവിതത്തിന്റെ വേഗം കൂട്ടി. നാഴികകളോളം നീണ്ടുകിട ക്കുന്ന റെയിൽപ്പാളങ്ങളിലൂടെ പുതിയ യുഗത്തിന്റെ കാഹളമൂതിക്കൊണ്ട് തീവണ്ടികൾ കുതിച്ചുപാഞ്ഞുതുടങ്ങി. പടുകൂറ്റൻ നീരാവി ബോട്ടുകളും കപ്പലുകളുമുണ്ടായി. അവ ഇന്ത്യയിൽനിന്നും മറ്റു കോളനികളിൽനിന്നും അസംസ്കൃത പദാർഥങ്ങൾ ബ്രിട്ടനിലും മറ്റ് വ്യാവസായിക രാജ്യങ്ങളി ലുമെത്തിച്ചു. മുതലാളിമാർ ശക്തന്മാരായി. ഒപ്പം തൊഴിലാളികളുടെ എണ്ണവും അവരുടെ ദുരിതവും വർധിച്ചുകൊണ്ടിരുന്നു.

പഞ്ചാമ്പതാം നൂറ്റാണ്ടിന്റെ മധ്യത്തിൽ വാർത്താവിനിമയരംഗത്ത് വമ്പിച്ച നേട്ടങ്ങളുണ്ടായിത്തുടങ്ങി. പെട്ടെന്നുള്ള വാർത്താവിനിമയം വ്യവസായത്തിന്റെയും വ്യാപാരത്തിന്റെയും വികാസത്തിന് അത്യാവ ശ്യമാണെന്നുവന്നു. അങ്ങനെ ടെലഗ്രാഫ് സമ്പ്രദായം ആവിർഭവിച്ചു. തുടർന്ന് വാർത്താവിനിമയരംഗത്ത് ഒന്നൊന്നായി വിസ്മയകരമായ മാറ്റങ്ങൾ ഉണ്ടായിത്തുടങ്ങി. ടെലഫോൺ, റേഡിയോ, വയർലസ് അങ്ങനെയങ്ങനെ നേട്ടങ്ങളുടെ പട്ടിക നീണ്ടു.

*   *   *

പഞ്ചൊാമ്പതാം നൂറ്റാണ്ടിൽ ശാസ്ത്രരംഗത്തുണ്ടായ പുരോഗതിയെ ക്കുറിച്ച് പറയുമ്പോൾ പരിണാമസിദ്ധാന്തത്തെക്കുറിച്ചും 'താപഗ തിക'ത്തെക്കുറിച്ചും സൂചിപ്പിക്കാതെ വയ്യാ.

പരിണാമസിദ്ധാന്തത്തിന്റെ പ്രാധാന്യം ഇന്ന് നമുക്കെല്ലാമറിയാം. പടിപടിയായി ലളിതങ്ങളായ ജീവരൂപങ്ങളിൽനിന്ന് സങ്കീർണസ്വഭാവ മുള്ള ജീവരൂപങ്ങളും ഒടുവിൽ മനുഷ്യനും ആവിർഭവിച്ചത് പരിണാമ പ്രക്രിയവഴിയാണെന്ന് ഡാർവിൻ അനേകമനേകം തെളിവുകളോടെ ചൂണ്ടിക്കാണിച്ചു. അദ്ദേഹത്തിന്റെ 'ബീഗിൾ' യാത്ര സുപ്രസിദ്ധമാണ ല്ലോ. ഡാർവിന്റെ സിദ്ധാന്തത്തിന് പലഭാഗത്തുനിന്നും രൂക്ഷമായ എ തിർപ്പുകൾ നേരിടേണ്ടിവന്നെങ്കിലും (ഇന്നും അവിടവിടെയായി യാഥാ സ്ഥിതികർ പരിണാമസിദ്ധാന്തത്തിനെതിരെ വാദങ്ങളുയർത്തുന്നുണ്ട്) അത് അംഗീകരിക്കപ്പെടുകതന്നെ ചെയ്തു. പ്രകൃതിയെക്കുറിച്ചും തന്നെ ക്കുറിച്ചുമുള്ള മനുഷ്യന്റെ അറിവ് അനേകമടങ്ങ് വികസിക്കാൻ ഇടവരു ത്തിയ എക്കാലത്തെയും മഹത്തായ സിദ്ധാന്തങ്ങളിലൊന്നാണ് ഡാർവിന്റെ *പരിണാമസിദ്ധാന്തം.*

താപഗതികളെക്കുറിച്ചുള്ള അറിവും വളരെ പ്രധാനമായിരുന്നു.

ഊർജത്തെക്കുറിച്ചുള്ള മനുഷ്യന്റെ അറിവ് ഏറെ വർധിക്കാൻ ഈ രംഗത്തെ ഗവേഷണങ്ങൾ സഹായകമായി. ഈ ഗവേഷണങ്ങളുടെ തുടർച്ചയാണ് പുതിയ ഊർജോൽപ്പാദന മാർഗങ്ങളെക്കുറിച്ച് ശാസ്ത്രജ്ഞന്മാർ അന്വേഷണമാരംഭിച്ചത്. ആ അന്വേഷണമാണ് ഇന്നത്തെ നമ്മുടെ ജീവിതത്തിന്റെ അനിവാര്യഘടകങ്ങളായ മോട്ടോർവാഹനങ്ങളുടെ കണ്ടുപിടുത്തത്തിലെത്തിച്ചത്.

ആദ്യത്തെ ടെലഗ്രാഫ്

കാൾ മാർക്സും ഫ്രെഡറിക് എംഗൽസും ചേർന്ന് രചിച്ച *കമ്യൂണിസ്റ്റ് മാനിഫെസ്റ്റോയും* മാർക്സിന്റെ *മൂലധനവും* പ്രസിദ്ധീകൃതമായത് ഈ കാലഘട്ടത്തിലെ മഹത്തായ സംഭവങ്ങളാണ്. സമൂഹത്തിന്റെ വളർച്ചയെ ശാസ്ത്രീയമായി പഠിക്കാനുള്ള മഹത്തായ സംരംഭങ്ങളായിരുന്നു അത്. രോഗാണുക്കളെക്കുറിച്ചുള്ള ലൂയിപാസ്റ്ററുടെ കണ്ടുപിടുത്തം, മെൻഡലിന്റെ പാരമ്പര്യസിദ്ധാന്തം, മെൻഡലീവിന്റെ ആവർത്തനപട്ടിക എന്നിവയും എടുത്തുപറയേണ്ട നേട്ടങ്ങളാണ്. പത്തൊമ്പതാം നൂറ്റാണ്ടിലെ മറ്റൊരു മഹത്തരമായ നേട്ടമാണ് വിദ്യുച്ഛക്തിയുടെ കണ്ടുപിടിത്തം. ആധുനികജീവിതത്തിന്റെ രക്തപ്രവാഹമാണ് വിദ്യുച്ഛക്തി. വിദ്യുച്ഛക്തിയില്ലാത്ത ലോകത്തെക്കുറിച്ച് ഇന്ന് നമുക്ക് ചിന്തിക്കാനേ സാധ്യമല്ലല്ലോ.

*   *   *

ചുരുക്കത്തിൽ 18ഉം 19ഉം നൂറ്റാണ്ടുകൾ ശാസ്ത്രത്തെ സംബന്ധിച്ചിടത്തോളം ഏറ്റവും നിർണായകമായിരുന്നു. ആദിമമനുഷ്യന്റെ കല്ലുളിയിൽനിന്നും പിറന്നുവീണ ശാസ്ത്രം ഒരു മഹാശക്തിയായി പൂർണമായും മാറിയത് ഈ കാലത്താണ്. വ്യവസായവിപ്ലവത്തോടെ ലോകത്തിന്റെ മുഖഛായയാകെ മാറി. ഓരോ മാറ്റത്തിനും പുറകിൽ ശാസ്ത്രമുണ്ടായിരുന്നു. 16ഉം 17ഉം നൂറ്റാണ്ടുകളിൽ പ്രകൃതിയെക്കുറിച്ച് കൂടുതൽ കൂടുതൽ പഠിക്കുകയും നിലവിലുണ്ടായിരുന്ന ധാരണകളെ തുത്തെറിയുകയും ചെയ്ത ശാസ്ത്രം 18ഉം 19ഉം നൂറ്റാണ്ടുകളായപ്പോഴേക്ക് പ്രകൃതിയെ പഠിക്കുക മാത്രമല്ല, മാറ്റിമറിക്കുകതന്നെ ചെയ്തുതുടങ്ങി.

ഈ ഘട്ടം നേട്ടത്തിന്റെ ഘട്ടമായിരുന്നെങ്കിലും ഒപ്പം കോട്ടങ്ങളുമുണ്ടായിരുന്നു. ശാസ്ത്രം വ്യവസായത്തിന്റെ ദാസനായിമാറിയപ്പോൾ അതിന്റെ നിയന്ത്രണം പണക്കാരായ മുതലാളിമാർ ഏറ്റെടുത്തു. ലാഭ

മുണ്ടാക്കുക എന്നതാണല്ലോ മുതലാളിമാരുടെ ലക്ഷ്യം. ലാഭം കിട്ടുന്ന
തിന് എവിടെയൊക്കെ ശാസ്ത്രം വേണമോ, അവിടെയൊക്കെ അവർ
ശാസ്ത്രത്തെ ഉപയോഗിച്ചു. പക്ഷേ, സാധാരണക്കാരും തൊഴിലാളി
കളുമായ ബഹുഭൂരിപക്ഷം പേരുടെ ജീവിതം മെച്ചപ്പെടുത്തുന്നതിനായി
ശാസ്ത്രത്തെ പ്രയോജനപ്പെടുത്താൻ അവർക്കു താൽപ്പര്യമുണ്ടായി
രുന്നില്ല. ഇന്ന് നാം അനുഭവിക്കുന്ന അനേകമനേകം ദുരന്തങ്ങളുടെ
തുടക്കം ഇവിടെനിന്നാണ്. പക്ഷേ ഈ സ്ഥിതിവിശേഷത്തിനെതിരെ
സംഘടിക്കേണ്ടതിന്റെ ആവശ്യകതയെക്കുറിച്ച് സാധാരണക്കാരും
തൊഴിലാളികളും പതുക്കെപ്പതുക്കെ ബോധവാന്മാരായിത്തുടങ്ങിയിരി
ക്കുന്നു.

അത്യന്തം ആവേശകരവും അത്ഭുതകരവുമായ ഒരു കാലഘട്ടത്തിലാണ് നാം ജീവിക്കുന്നത്. തികഞ്ഞ അജ്ഞതയിൽ നിന്ന് അറിവിലേക്കുള്ള പരിവർത്തനത്തിന്റെ അപൂർവസുന്ദരമായ ഘട്ടം. നമ്മുടെ ഗ്രഹത്തിൽ ജീവനുണ്ടായിട്ട് 400 കോടി വർഷവും മാനവരാശി ആരംഭിച്ചിട്ട് 40 ലക്ഷം വർഷവും കഴിഞ്ഞു. സുദീർഘമായ ഈ കാലഘട്ടത്തിനിടയിൽ അസു ലഭമായ ഈ പരിവർത്തനമുഹൂർത്തത്തിന്റെ ആവേശം നുകരാൻ ഭാഗ്യം സിദ്ധിച്ച ഒരൊറ്റ തലമുറ മാത്രമേയുള്ളൂ. അതാണ് നമ്മുടെ തലമുറ.

കാൾ സാഗാൻ

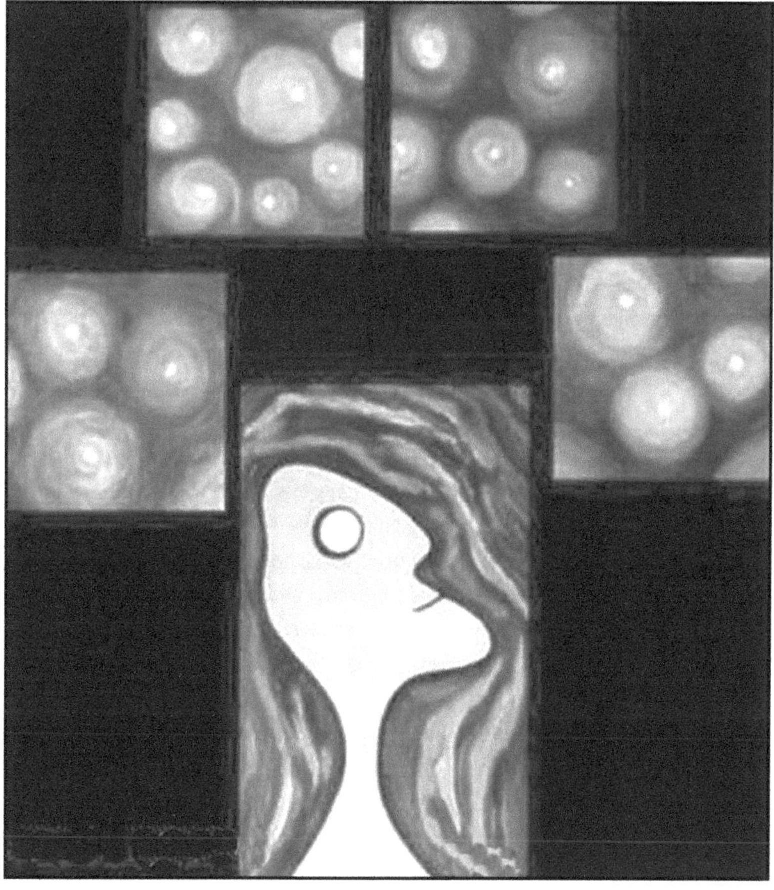

10

നമ്മുടെ കാലം

ഇരുപതാം നൂറ്റാണ്ടിന് നമ്മുടെ പാച്ചുമൂപ്പരെക്കാൾ മുപ്പതുവയസ്സ് പ്രായം കൂടുതലുണ്ട്. പാച്ചുമൂപ്പരുടെ ഓർമയിലുള്ള എല്ലാ കഥകളും ഈ നൂറ്റാണ്ടിലെ കഥകളാണ്. നമ്മൾ ഇരുപതാം നൂറ്റാണ്ടിന്റെ പടിവാ തിലിൽ എത്തിനിൽക്കുകയാണിന്ന്.

ഈ നൂറ്റാണ്ട് പൊട്ടിവിടർന്നപ്പോഴേക്കും ശാസ്ത്രവും വ്യവസായവും കൈകോർത്തുപിടിച്ച് ജീവിതത്തിന്റെ എല്ലാ മണ്ഡലങ്ങളെയും സ്വാധീ നിച്ചുകഴിഞ്ഞിരുന്നു. ശാസ്ത്രത്തെ മാറ്റിനിർത്തിക്കൊണ്ട് യാതൊരു തീരു മാനവും സാധ്യമല്ല എന്ന സ്ഥിതി വന്നുതുടങ്ങിയിരുന്നു.

വ്യവസായരംഗത്തുണ്ടായ അത്ഭുതകരമായ വളർച്ചയോടൊപ്പം മുത ലാളിത്തവും വളർന്നു. പണത്തിനും ലാഭത്തിനും വേണ്ടിയുള്ള പരക്കം പാച്ചിലുകളും കിടമത്സരങ്ങളും മുറുകി. കൂടുതൽ പണം, കൂടുതൽ ലാഭം ഇതായിരുന്നു വ്യവസായരാഷ്ട്രങ്ങളുടെ ലക്ഷ്യം. ഈ ലക്ഷ്യം മൂത്താണ് ഒന്നാംലോകമഹായുദ്ധമുണ്ടായത്. അന്നുവരെയുള്ള ലോക ചരിത്രത്തിലെ ഏറ്റവും വലിയ യുദ്ധം. 80 ലക്ഷത്തിലേറെ സൈനികരും 66 ലക്ഷത്തിലേറെ സാധാരണക്കാരും ആ ഒരൊറ്റ യുദ്ധത്തിൽ മരണമ ടഞ്ഞു. ശാസ്ത്രം യുദ്ധത്തിന് വിപുലമായ തോതിൽ വിടുപണി ചെയ്യു ന്നതിനായി ഉപയോഗിക്കപ്പെട്ടതും ഈ യുദ്ധത്തിൽത്തന്നെ.

പരസ്പരം കൊന്നൊടുക്കുന്നതിനുള്ള പുത്തൻ ആയുധങ്ങൾക്കും യുദ്ധസാമഗ്രികൾക്കും വേണ്ടിയുള്ള അന്വേഷണം തകൃതിയായി നട ന്നു. ടെലഗ്രാഫ്, ടെലിഫോൺ, വിമാനം എന്നിവ മുതൽ വിഷവാതക പ്രയോഗം, സ്ഫോടകവസ്തു നിർമാണം എന്നിവവരെ, പലതിനെക്കു റിച്ചും ശാസ്ത്രജ്ഞന്മാർ ഗവേഷണം നടത്തി. യുദ്ധം ശാസ്ത്രത്തിന്റെ

ഒന്നാംലോകമഹായുദ്ധം

വളർച്ചയെ വളരെയേറെ സഹായിച്ചു എന്ന് തീർച്ച. പക്ഷേ അതിന് മാന വരാശി കൊടുക്കേണ്ടിവന്ന വില ഭീകരമാണ്.

അതിനിടയിൽ പതിനെട്ടും പഞ്ചൊമ്പതും നൂറ്റാണ്ടുകളിൽ സ്വത ന്ത്രമായി വികസിച്ചുവന്ന മുതലാളിത്ത സാമൂഹ്യവ്യവസ്ഥയിൽ വിള്ള ലുകളുണ്ടായിത്തുടങ്ങി. പലേടത്തും മുതലാളിത്തം വരുത്തിവയ്ക്കുന്ന വിനകൾക്കെതിരെ ചോദ്യങ്ങളുയർന്നുതുടങ്ങി. ചൂഷണത്തിന് വിധേയ രായിക്കൊണ്ടിരുന്ന തൊഴിലാളികളും സാധാരണക്കാരും സംഘടിക്കാ നാരംഭിച്ചു. 1918 ൽ റഷ്യയിലെ ജനങ്ങൾ അവിടത്തെ സാർഭരണത്തിനും മുതലാളിത്തത്തിനും അവസാനം കുറിച്ചു. റഷ്യൻവിപ്ലവം നടന്നു. അങ്ങനെ ലോകത്തിലെ ഒന്നാമത്തെ സോഷ്യലിസ്റ്റ് രാഷ്ട്രം രൂപംകൊണ്ടു. ലോകമെമ്പാടുമുള്ള മർദ്ദിതരും ചൂഷിതരുമായ ജനങ്ങൾക്ക് ആവേശം പകർന്ന ഈ മഹാസംഭവം മുതലാളിത്തത്തിന് കനത്തൊരാഘാതമാ യിരുന്നു.

ഒന്നാം ലോകമഹായുദ്ധത്തിനുശേഷം വീണ്ടും മുതലാളിത്ത രാഷ്ട്ര ങ്ങളിലെ പ്രതിസന്ധി രൂക്ഷമായിക്കൊണ്ടിരുന്നു. ജർമനിയിൽ ഹിറ്റ്ല റിന്റെ ഫാസിസ്റ്റ് ഗവൺമെന്റ് അധികാരത്തിൽ വന്നു. ലോകം മുഴുവൻ വെട്ടിപ്പിടിച്ച് വരുതിയിലാക്കാനുള്ള അത്യാഗ്രഹവുമായിട്ടായിരുന്നു ഹിറ്റ്ല റുടെ വരവ്. വീണ്ടും ലോകരാഷ്ട്രങ്ങൾ തമ്മിൽ മത്സരമായി. അങ്ങനെ ഒന്നാംലോകമഹായുദ്ധത്തിന്റെ മുറിവുകളുണങ്ങുന്നതിനുമുമ്പ് അതി നെക്കാൾ പൈശാചികമായ രണ്ടാംലോകമഹായുദ്ധം അരങ്ങേറി. ഒന്ന രക്കോടി സൈനികരടക്കം അഞ്ചുകോടി മനുഷ്യരെയാണ് ഈ യുദ്ധം ഭൂമുഖത്തുനിന്ന് അപ്രത്യക്ഷരാക്കിയത്. ശാസ്ത്രം അതിന്റെ പൈശാ ചികഭാവം ഏറ്റവും ഭീകരമായ രൂപത്തിൽ വെളിവാക്കിയ ഘട്ടമാണിത്. രണ്ടാംലോകമഹായുദ്ധം കഴിഞ്ഞപ്പോഴേക്ക് സാമൂഹ്യ രാഷ്ട്രീയ

റഷ്യൻ വിപ്ലവം

മണ്ഡലങ്ങളിൽ വമ്പിച്ച മാറ്റങ്ങൾ പ്രത്യക്ഷമായി. കിഴക്കൻ യൂറോപ്പും ചൈനയും മറ്റും സോഷ്യലിസ്റ്റ് രാഷ്ട്രങ്ങളായിത്തീർന്നു. മുതലാളിത്ത രാഷ്ട്രങ്ങളുടെ അധീനതയിൽ കഴിഞ്ഞിരുന്ന ഏഷ്യയിലെയും ആഫ്രിക്കയിലെയും തെക്കേഅമേരിക്കയിലെയും നൂറുകണക്കിന് രാജ്യങ്ങൾ സ്വാതന്ത്ര്യം നേടി. ലോകഭൂപടം പൂർണമായും മാറ്റിവരയ്ക്കപ്പെട്ട കാല ഘട്ടമായിരുന്നു ഇത്.

രണ്ട് ലോകമഹായുദ്ധങ്ങൾ, റഷ്യയിലെയും മറ്റനേകം രാഷ്ട്രങ്ങ ളിലെയും സോഷ്യലിസ്റ്റ് വിപ്ലവങ്ങൾ, ഇന്ത്യയെപ്പോലുള്ള അനേകം രാജ്യങ്ങളുടെ സ്വാതന്ത്ര്യസമരങ്ങൾ... ആകെ തിളച്ചുമറിയുന്ന ഒരു നൂറ്റാണ്ട്.

*   *   *

ഇതിനിടയിൽ ശാസ്ത്രരംഗത്ത് തുടരെത്തുടരെ കുതിച്ചുചാട്ടങ്ങൾ സംഭവിച്ചുകൊണ്ടിരുന്നു. വ്യവസായവിപ്ലവത്തെ തുടർന്ന് ശാസ്ത്രരം ഗത്ത് വൻകിട വ്യവസായികൾക്ക് താൽപ്പര്യമേറി. ശാസ്ത്രഗവേഷണ ത്തിനായി അവർ പണം വാരിയെറിഞ്ഞു. വൻകിട വ്യവസായ സ്ഥാപ നങ്ങളുടെയെല്ലാം ഭാഗമായി ഗവേഷണശാലകൾ ഉയർന്നുവന്നു. ഒന്നും രണ്ടും ലോകമഹായുദ്ധങ്ങളെ തുടർന്ന് ഗവൺമെന്റുകളും ശാസ്ത്രഗ വേഷണരംഗത്ത് വൻതോതിൽ ഇടപെടാനാരംഭിച്ചു.

ഇരുപതാം നൂറ്റാണ്ടിൽ ശാസ്ത്രരംഗത്തുണ്ടായ നേട്ടങ്ങളുടെ കഥ വിസ്തരിച്ചു പറയാൻ വിപുലമായ ഒരു പുസ്തകംതന്നെ എഴുതേണ്ടി

മാക്സ് പ്ലാങ്ക്

വരും. നമുക്കു സുപരിചിതമായ, ആധു നിക ജീവിതത്തിലെ മിക്ക ഉപാധികളും ഇരുപതാംനൂറ്റാണ്ടിലെ ശാസ്ത്രത്തിന്റെ സംഭാവനകളാണ്. എക്സ്‌റെ, ഇല ക്ട്രോണിന്റെ കണ്ടുപിടുത്തം, മോ ട്ടോർവാഹനങ്ങളുടെ ആവിർഭാവം, ടെലി ഫോൺ, റേഡിയോ, ടെലിവിഷൻ, സിനിമ, വാർത്താവിനിമയോപഗ്രഹ ങ്ങൾ, വിമാനം, വൈദ്യുത ബൾബ്, റോക്കറ്റ്, പ്ലാസ്റ്റിക്, വിറ്റാമിനുകൾ, ആന്റി ബയോട്ടിക്കുകൾ എന്നിങ്ങനെ ഒരു ഭാഗത്ത്; മാക്സ് പ്ലാങ്കിന്റെ *ക്വാണ്ടം സി ദ്ധാന്തം, ഐൻസ്റ്റീന്റെ ആപേക്ഷികതാ സിദ്ധാന്തം, ജീൻ സിദ്ധാന്തം,* ഡി എൻ എയുടെ കണ്ടുപിടുത്തം തുടങ്ങിയവ

മറുഭാഗത്ത്: കാർഷികരംഗത്തും വ്യാവസായിക രംഗത്തും ആരോഗ്യരംഗ ത്തുമെല്ലാം ഉണ്ടായ വമ്പിച്ച നേട്ടങ്ങൾ ഇനിയുമൊരു വശത്ത്. തീർന്നി ല്ല, മനുഷ്യൻ ചന്ദ്രനിലിറങ്ങിയതും സ്പെയ്സ്ഷട്ടിൽ ആവിഷ്കരിച്ച തുമെല്ലാം ഈ നൂറ്റാണ്ടിലാണ്. ഇവയോരോന്നും ഓരോ കണ്ടുപിടുത്ത ങ്ങൾ മാത്രമല്ല, മാനവരാശിയുടെ ജീവിതത്തെയും കാഴ്ചപ്പാടിനെയും ആകമാനം മാറ്റിമറിച്ച മഹാസംഭവങ്ങളാണ്.

ഈ നൂറ്റാണ്ടിൽ രൂപംകൊണ്ടിട്ടുള്ള പുത്തൻ ശാസ്ത്രശാഖകൾക്ക് കണക്കില്ല. മനുഷ്യന്റെ ശരീരവും ബാഹ്യപ്രപഞ്ചവും മാത്രമല്ല പഠന വിധേയമായത്. ശാസ്ത്രത്തിന്റെ രീതികൾ സാമൂഹ്യ, സാമ്പത്തിക, രാഷ്ട്രീയരംഗങ്ങളിലും മാനസിക പ്രശ്നങ്ങളിലുമെല്ലാം പ്രയോഗിക്ക പ്പെടാൻ തുടങ്ങി. അക്ഷരാർഥത്തിൽത്തന്നെ, സൂര്യനു മുകളിലും താഴെ യുമുള്ള സർവകാര്യങ്ങളിലും ശാസ്ത്രം ഇടപെടാനാരംഭിച്ചു. ശാസ്ത്രം ഒരു മഹാശക്തിയായി മാറി. നാം ഇന്നൊരു രണ്ടാം ശാസ്ത്രവിപ്ലവ ത്തിന്റെ നടുവിലാണ്.

ഇരുപതാം നൂറ്റാണ്ടിലെ ശാസ്ത്രത്തിന്റെ ചില സവിശേഷതകൾ അതീവ ശ്രദ്ധേയമാണ്. നോക്കൂ:

1. ശാസ്ത്രരംഗത്തിന്റെ വൈപുല്യം

പ്രവർത്തിക്കുന്നവരുടെ എണ്ണവും ശാസ്ത്ര ഗവേഷണങ്ങൾക്കു വേണ്ടി മുടക്കുന്ന തുകയും വിശ്വസിക്കാനാവാത്തവിധം പെരുകി. ഇതേ ക്കുറിച്ച് *ശാസ്ത്രം ചരിത്രത്തിൽ* എന്ന ഗ്രന്ഥത്തിൽ ജെ ഡി ബർണൽ പറയുന്ന വാക്കുകൾ ശ്രദ്ധേയമാണ്: 1896 ൽ (അതായത് 20-ാം നൂറ്റാണ്ട്

പിറന്നുവീഴുന്നതിന് 4 വർഷം മുമ്പ്) ശാസ്ത്രത്തിന്റെ പുരോഗതി ക്കായി അന്ന് ലോകത്താകമാനം പ്രവർത്തിച്ചിരുന്നവരുടെ എണ്ണം 15000 ത്തിൽ കവിയില്ല. 66 കൊല്ല ത്തിനുശേഷം (1962 ലാണ് അദ്ദേ ഹമിതെഴുതിയത്) ശാസ്ത്രരം ഗത്ത് പ്രവർത്തിക്കുന്ന സജീവഗ വേഷകരുടെ മാത്രം എണ്ണം പ ത്തുലക്ഷമായി വർധിച്ചിരിക്കുന്നു. ഇവരെക്കൂടാതെ വ്യവസായ സ്ഥാ പനങ്ങളിലും ഗവൺമെന്റിലും വി ദ്യാഭ്യാസരംഗത്തും ശാസ്ത്രവു മായി ബന്ധപ്പെട്ട് പ്രവർത്തിക്കു ന്നവരുടെ എണ്ണം തിട്ടപ്പെടുത്താ നാവാത്തത്ര വലുതാണ്... ശാ സ്ത്രഗവേഷണ രംഗത്ത് ചെല

ജെ ഡി ബർണൽ

വാക്കപ്പെടുന്ന തുക 1896 നും 1962 നുമിടയ്ക്ക് 2000 മടങ്ങ് വർധിച്ചിരി ക്കുന്നു... ശാസ്ത്രജ്ഞന്മാരുടെ എണ്ണം ഈ രംഗത്ത് ചെലവഴിക്കപ്പെ ടുന്ന തുക എന്നിവ ഇന്ന് മേൽപ്പറഞ്ഞതിന്റെ പല മടങ്ങ് വർധിച്ചിരിക്കു മെന്ന് തീർച്ചയാണ്.

2. ഉൽപ്പാദന വിസ്ഫോടനം

ശാസ്ത്രത്തിന്റെ വളർച്ച വ്യാവസായികോൽപ്പാദനരംഗത്ത് വരുത്തി ക്കൊണ്ടിരിക്കുന്ന വിസ്ഫോടനം വിവരണാതീതമാണ്. രണ്ട് മുഖ്യ ഘട കങ്ങളാണ് ഉൽപ്പാദനവിസ്ഫോടനത്തിനു പിന്നിൽ കാണാവുന്നത്. ഒന്ന്, ഊർജത്തിന്റെ ലഭ്യതയിലും വൈവിധ്യത്തിലുമുണ്ടായ പുരോഗതി. ഒരു കാലത്ത് കൽക്കരിയിൽനിന്ന് മാത്രം ലഭ്യമായിരുന്ന ഊർജം ഇന്ന് പെട്രോളിൽനിന്നും വിദ്യുച്ഛക്തിയിൽ നിന്നും സുലഭമായും സൗകര്യ പ്രദമായും ലഭിച്ചുകൊണ്ടിരിക്കുന്നു. സൂര്യനിൽനിന്നും അണുവിൽനിന്നും ഊർജം സംഭരിക്കാനുള്ള ശ്രമം തുടർന്നുകൊണ്ടേയിരിക്കുന്നു. രണ്ടാമ ത്തേത് വ്യവസായരംഗത്തെ സ്വയം നിയന്ത്രണ സംവിധാനങ്ങളാണ്. പണ്ട് അനേകായിരം മനുഷ്യരുടെ അധ്വാനം വേണ്ടിയിരുന്ന പ്രക്രിയ കൾ നിർവഹിക്കാൻ ഒരു കമ്പ്യൂട്ടർ മതി ഇന്ന്. വിദൂരത്തിരുന്നുകൊണ്ട് നിയന്ത്രിക്കാവുന്ന വ്യവസായപ്രക്രിയകൾ വമ്പിച്ച സാധ്യതകളാണ് പ്രദാനം ചെയ്യുന്നത്.

ഡാവിഞ്ചി

3. വൈവിധ്യവൽക്കരണം

യൂറോപ്പിലെ നവോത്ഥാന ത്തിന്റെ പ്രതീകമായിരുന്ന ലിയ നാർഡോ ഡാവിഞ്ചി എല്ലാ രംഗ ങ്ങളിലും വൈദഗ്ധ്യം നേടിയ പ്രതിഭാശാലിയായിരുന്നു. പഞ്ഞാ മ്പതാം നൂറ്റാണ്ടിന്റെ ആദ്യഘട്ടം വരെ ഇത്തരത്തിൽ എല്ലാ ശാസ് ത്രശാഖകളിലും വ്യക്തിത്വം പതി പ്പിക്കാൻ കഴിഞ്ഞ കുറെയേറെ മഹാശാസ്ത്രജ്ഞന്മാരുമുണ്ടാ യിരുന്നു. ഇന്നോ, ഒരത്യുജ്ജ്വല പ്രതിഭയ്ക്കും ഇരുപതാം നൂറ്റാ ണ്ടിലെ മുഴുവൻ ശാസ്ത്രവി ജ്ഞാനത്തിലും പ്രാവീണ്യം നേടാനാവില്ല. അത്രമാത്രം അന ന്തവിസ്തൃതമാണ് ഇന്നത്തെ ശാസ്ത്രത്തിന്റെ ലോകം.

4. ശാസ്ത്രീയ നേട്ടങ്ങളുടെ ഗതിവേഗം

അപരിഷ്കൃതമായ ഒരു കൽക്കഷണത്തിൽനിന്ന് അറ്റം കൂർപ്പിച്ച കല്ലുളിയിലെത്താൻ നമ്മുടെ പൂർവികർക്ക് ലക്ഷക്കണക്കിന് വർഷങ്ങൾ വേണ്ടിവരും. പക്ഷേ ഇന്നോ, ഓരോ സെക്കന്റിലുമാണ് പുതിയ പുതിയ കണ്ടുപിടുത്തങ്ങൾ നടക്കുന്നത്. മോട്ടോർ കാറിൽനിന്ന് വിമാനത്തി ലേക്കും അവിടെനിന്ന് സ്പെയ്സ് ഷട്ടിലിലേക്കുമുള്ള പരിവർത്തനം, ടെലഫോണിൽനിന്ന് റേഡിയോവിലേക്കും അവിടെനിന്ന് ടെലിവിഷനി ലേക്കും പിന്നീട് കളർ ടെലിവിഷനിലേക്കും വീണ്ടും വാർത്താവിനിമയ ഉപഗ്രഹങ്ങളിലേക്കുമുള്ള കുതിച്ചുചാട്ടം... ഇങ്ങനെ ശാസ്ത്രരംഗത്തെ ഓരോ പരിണാമവും നടക്കുന്നതിന്റെ ഗതിവേഗം വർധിച്ചുകൊണ്ടിരി ക്കയാണ്.

5. സാമൂഹ്യ ഉത്തരവാദിത്വം

ശാസ്ത്രത്തിന്റെയും ശാസ്ത്രജ്ഞന്റെയും സാമൂഹ്യഉത്തരവാദിത്വം മുൻപെന്നത്തേക്കാളും വർധിച്ചിരിക്കുന്ന കാലമാണിത്. ഇതിന് കാരണ മുണ്ട്. ഒന്നാമതായി, ജീവിതത്തിന്റെ പ്രത്യക്ഷവും പരോക്ഷവുമായ സർ വരംഗങ്ങളിലും ശാസ്ത്രത്തിന് സ്വാധീനമുണ്ട് എന്നതുതന്നെ. രണ്ടാമ തായി, ശാസ്ത്രത്തിന്റെ സൗമ്യമുഖത്തെക്കുറിച്ചും രൗദ്രമുഖത്തെക്കു

ബഹിരാകാശ ഉദ്യമം

റിച്ചും ഇന്ന് നമുക്ക് വ്യക്തമായി അറിയാം. ഒരുവശത്ത് ആറ്റംബോംബ്
വിസ്ഫോടനത്തിൽ ലക്ഷക്കണക്കിന് മനുഷ്യജീവൻ കത്തിച്ചാമ്പലാ
വുന്നതും മറുവശത്ത് വ്യവസായരംഗത്തും കാർഷികരംഗത്തും ആരോ
ഗ്യരംഗത്തുമെല്ലാം ശാസ്ത്രം അത്ഭുതങ്ങൾ സൃഷ്ടിക്കുന്നതും ശാസ്ത്ര
ജ്ഞർ കണ്ടിട്ടുണ്ട്. പരിസരമലിനീകരണവും വനനാശവും അവൻ കണ്ടി
ട്ടുണ്ട്. ശാസ്ത്രത്തിന്റെ ഓരോ നീക്കവും സമൂഹത്തിന്റെ പുരോഗതിയെ
അല്ലെങ്കിൽ നാശത്തെ സ്വാധീനിക്കുമെന്നുറപ്പാണ്.

ഇരുപതാം നൂറ്റാണ്ടിൽ ശാസ്ത്രത്തിന് വമ്പിച്ച പുരോഗതിയും
പ്രാധാന്യവുമുണ്ടായിവന്നതോടൊപ്പം തന്നെ അതിനുനേരെ പടവാളോ
ങ്ങുന്നവരുടെ എണ്ണവും വർധിച്ചുവരുന്നു. ശാസ്ത്രവിരോധികൾ പല
വിധത്തിലുണ്ട്. 'യുദ്ധവും നാശവും വിതയ്ക്കുന്ന ശാസ്ത്രം അത്യാപ
ത്താണെ'ന്ന് വിശ്വസിക്കുന്നവരാണ് ഒരു കൂട്ടർ. ഇവരെക്കാൾ അപകട
കാരികളാണ് തികച്ചും അബദ്ധമയവും അശാസ്ത്രീയവുമായ കാര്യ
ങ്ങൾ പ്രചരിപ്പിക്കാൻ ശാസ്ത്രത്തിന്റെ ഭാഷയും രീതിയും ഉപയോഗി
ക്കുന്നവർ. ശാസ്ത്രത്തിന്റെ കുപ്പായമിട്ടു നടക്കുന്ന ഇത്തരത്തിലുള്ള
'അശാസ്ത്രീയ ചെന്നായ്ക്കളും' ഇന്നുണ്ട്. ശാസ്ത്രത്തെ സമൂഹ
ത്തിന്റെ ദീർഘകാല താൽപ്പര്യങ്ങൾക്ക് അനുസൃതമായല്ലാതെ, ലാഭ
ത്തിനും സ്ഥാപിത താൽപ്പര്യങ്ങൾക്കും വേണ്ടി പ്രയോജനപ്പെടുത്തു

ചാൾസ് ഡാർവിൻ

നവരും യഥാർഥത്തിൽ ശാ സ്ത്രവിരുദ്ധർ തന്നെയാണ്.

ആദ്യത്തെ കൂട്ടർ അജ്ഞത യുടെ തടവുകാരാണ്. ശാസ്ത്ര കാര്യങ്ങളെക്കുറിച്ച് കൂടുതൽ വ്യക്തമായ ധാരണ ലഭിക്കുന്ന തോടെ അവർ ശാസ്ത്രപ ക്ഷത്തു വരും. പക്ഷേ അടുത്ത രണ്ടുവിഭാഗക്കാരും അപകടകാ രികളാണ്. ശാസ്ത്രം ജനങ്ങ ളുടെ കയ്യിൽ ഒരായുധമായിത്തീ രുമ്പോൾ അത് തങ്ങൾക്കെ തിരെ തിരിയുമെന്ന് വ്യക്തമായി അറിയുന്ന ഇക്കൂട്ടർ, എന്തുവില കൊടുത്തും ശാസ്ത്രം ജനങ്ങ ളുടെ കയ്യിലെത്തുന്നതിനെ തട യുവാനുള്ള പരിശ്രമങ്ങൾ നട

ത്തും. ഡാർവിന്റെ പരിണാമ സിദ്ധാന്തത്തെ എതിർത്തുകൊണ്ട് 'സൃഷ്ടി ശാസ്ത്ര'മാണ് ശരി എന്നുവാദിക്കുന്ന അമേരിക്കയിലെ 'ശാസ്ത്രജ്ഞ 'ന്മാരും അതുപോലുള്ള പലരും ഇക്കൂട്ടത്തിലുണ്ട്. ശാസ്ത്രം പഠിക്കു കയും അതേസമയം പഴയ വിശ്വാസങ്ങളിൽനിന്നും മറ്റും അണുവിട മാറാതെ നടക്കുകയും ചെയ്യുന്ന ചിലരെയും നമുക്കുചുറ്റും കാണാം.

*   *

ഇരുപതാം നൂറ്റാണ്ടിന്റെ അവസാനഘട്ടത്തിൽ നാം കാണുന്ന മറ്റൊരു കാഴ്ചയുണ്ട്. ഒന്നും രണ്ടും ലോകമഹായുദ്ധങ്ങൾ സൃഷ്ടിച്ച ശക്തികൾ ഇന്നും പ്രബലരാണ്. മുതലാളിത്തം ഇന്നുമൊരു വൻശക്തി യാണ്. ശാസ്ത്രം ഇന്ന് അവരുടെ കൈവിരൽത്തുമ്പുകളിലെ ചരടുക ളിൽ കുരുങ്ങിക്കിടക്കുകയാണ്. ലോകമെമ്പാടും വ്യാപിച്ചുകിടക്കുന്ന പടു കൂറ്റൻ ബഹുരാഷ്ട്രക്കമ്പനികൾ ഇന്നും ശാസ്ത്രരംഗത്ത് രാക്ഷസീയ മായ സ്വാധീനം ചെലുത്തുന്നു. ശാസ്ത്രത്തെ തങ്ങളുടെ ലാഭം വർധി പ്പിക്കുന്നതിനുള്ള ഉപാധിയാക്കി മാറ്റാനുള്ള അവരുടെ പരിശ്രമങ്ങൾ തുടർന്നുകൊണ്ടേയിരിക്കുന്നു.

ലോകം ഇന്ന് വിവിധ ചേരികളിലാണ്. ഒരുവശത്ത് സമ്പദ്സമൃദ്ധി യിൽ ആറാടിനിൽക്കുന്ന രാഷ്ട്രങ്ങൾ. മറുവശത്ത് ഇന്നും ദാരിദ്ര്യത്തിലും പരാധീനതയിലും കഴിയുന്ന അനേകമനേകം വികസ്വര, അവികസിത രാഷ്ട്രങ്ങൾ. ഇവയ്ക്കിടയിൽ ശാസ്ത്രത്തെ മുഴുവൻ സമൂഹത്തിന്റെയും നന്മക്കുവേണ്ടി പ്രയോജനപ്പെടുത്താൻ സാധിക്കുമെന്നതിന്റെ ഉജ്ജ്വല

രണ്ടാം ലോകമഹായുദ്ധം

മാതൃകകൾ കാണിച്ചുതരുന്ന ചില രാഷ്ട്രങ്ങൾ.

ഈ ചേരിതിരിവിന്റെ ഫലമാണ് നാം ആദ്യം കണ്ട വൈരുധ്യങ്ങൾ. ചിത്രപ്പെട്ടിയും അത്താഴവും തമ്മിലുള്ള വൈരുധ്യം. ഇതെങ്ങനെ പരിഹരിക്കാനാവും? അതിന് ഈ ചേരിതിരിവ് ഇല്ലാതാക്കുക തന്നെവേണം.

മാനവരാശിയുടെ സർവശത്രുക്കൾക്കുമെതിരായുള്ള നിതാന്ത സമരത്തി നായി നിങ്ങൾ നിങ്ങളുടെ ബുദ്ധിശക്തി അർപ്പിക്കാൻ തയാറുണ്ടോ? ഇല്ലെങ്കിൽ, നിങ്ങളുടെ ശാസ്ത്രം നിഷ്പ്രയോജനകരമാവും. നിങ്ങളുടെ പഠനം വന്ധ്യവുമായിത്തീരും തീർച്ച

ബെർത്തോൾഡ് ബ്രഹ്ത്

11
ശാസ്ത്രം ജീവിതം

പാച്ചുമൂപ്പർ തൂവെള്ള നിറമുള്ള റോക്കറ്റിൽ നിന്നിറങ്ങി ചുറ്റും നോക്കി. എന്തൊരു ഭംഗിയുള്ള പ്രദേശം. ഒരു നിമിഷത്തിനിടയിൽ നൂറോളം കുട്ടികൾ പാച്ചുമൂപ്പരെ വളഞ്ഞു. പൊട്ടിച്ചിരിക്കുന്ന കുസൃതിക്കുരുന്നു കൾ. എന്തൊരുത്സാഹവും പ്രസരിപ്പുമാണവർക്ക്! "അപ്പൂപ്പാ അപ്പൂപ്പാ ഇതിലേ വരൂ. അപ്പൂപ്പന് നടക്കാൻ വിഷമമുണ്ടോ?" കുഞ്ഞുങ്ങൾ മലയാളഭാഷയിൽ സംസാരിച്ചപ്പോൾ മൂപ്പരുടെ അമ്പരപ്പ് ഇരട്ടിച്ചു.

കുഞ്ഞുങ്ങൾ പാട്ടുംപാടി പാച്ചുമൂപ്പരെ മുന്നോട്ടു നയിച്ചു. മുന്നോട്ടു നടക്കുമ്പോൾ, മൂപ്പരുടെ മനസിൽ എന്തോ ഒരു പരിചിതഭാവം. ഇതെല്ലാം തനിക്കു പരിചയമുള്ള സ്ഥലങ്ങളാണല്ലോ. "അതാ നമ്മുടെ ചെലമ്പ്രക്കു നല്ലേ അത്? ഹായ്! അവിടെ നിറച്ചും മരങ്ങളാണല്ലോ. തനി മൊട്ടക്കു ന്നായിരുന്നില്ലേ?" മൂപ്പർ മനസിൽ പറഞ്ഞു.

വൃത്തിയുള്ള റോഡുകൾ. വഴിയോരങ്ങളിൽ തണൽമരങ്ങൾ. റോ ഡിൽ ചപ്പുചവറുകളേ ഇല്ല. പാച്ചുമൂപ്പർ നിലത്തിട്ട കടലാസുകഷണം ഒരു മിടുക്കൻകുട്ടി ഉടനെ എടുത്ത് വഴിയരികിൽനിന്ന് മാറ്റിവച്ചിട്ടുള്ള ഭംഗിയുള്ള ചവറ്റുകുട്ടയിലിട്ടടച്ചു... എന്തൊരു മിടുക്കന്മാർ!

റോഡരികിൽ വൃത്തിയുള്ള കടകൾ. ആവശ്യസാധനങ്ങളുടെ വില ഭംഗിയായി എഴുതിവച്ചിരിക്കുന്നു. എന്തൊരു വിലക്കുറവ്! കടയ്ക്കകത്ത് ആരുമില്ല. ആവശ്യക്കാർ നാണയത്തുട്ടുകൾ ഒരു യന്ത്രത്തിലിടുന്നു. സാധ നങ്ങൾ പെറുക്കിയെടുത്ത് നീങ്ങുന്നു. എല്ലാവരുടെയും മുഖത്ത് ആഹ്ലാ ദഭാവം...

റോഡിന്റെ മറുകരയിൽ വിളഞ്ഞുകിടക്കുന്ന നെൽപ്പാടങ്ങൾ. പന

കുലപോലെയുണ്ട് നെൽക്കതിരുകൾ... വീതിയുള്ള വരമ്പിലൂടെ നാലു ചക്രമുള്ള ഒരു കൊച്ചുവാഹനം സഞ്ചരിക്കുന്നു. വൃത്തിയായി വസ്ത്രം ധരിച്ച ഒന്നുരണ്ടു സ്ത്രീകൾ നെൽക്കതിരുകൾ പരിശോധിക്കുകയാണ്. അവരുടെ കയ്യിലെന്തൊക്കെയോ ഉപകരണങ്ങളുണ്ട്.

ചുറ്റുമുള്ള വീടുകൾക്ക് എന്തൊരൊതുക്കവും സൗന്ദര്യവും. കുടി ലുകളും കൊട്ടാരങ്ങളുമില്ല. ചേരികളില്ല.

ഒടുവിൽ വിശാലമായ പൂന്തോട്ടത്തിലെത്തി. പൂന്തോട്ടത്തിന്റെ ഒരു ഭാഗത്ത് മനോഹരമായൊരു കളിസ്ഥലം. മൂപ്പർ ഒന്നുകൂടി സൂക്ഷിച്ചു നോക്കിയപ്പോഴാണ് സംഗതി പിടികിട്ടിയത്! "നമ്മുടെ വായനശാലയല്ലേ ഇത്!" പാച്ചുമൂപ്പർ ഉറക്കെ പറഞ്ഞുപോയി. "അപ്പൂപ്പൻ വായനശാലയി ലിരുന്നോളൂ. ഞങ്ങള് കുറച്ചുനേരം കളിക്കട്ടെ." കുട്ടികൾ ചിരിച്ചുകൊണ്ട് ഓടിപ്പോയി.

വായനശാലയ്ക്കകത്തു കയറിയപ്പോൾ പാച്ചുമൂപ്പരുടെ അമ്പരപ്പ് വർധിച്ചു. നീലിയും കണാരനും ഒക്കെയുണ്ടവിടെ. കണാരന്റെ മുഖത്ത് ക്ഷീണഭാവമേയില്ല. വൃത്തിയായി വസ്ത്രം ധരിച്ചിരിക്കുന്നു. നീലി കുട്ടി കൾക്ക് ഒരു വലിയ റോക്കറ്റിന്റെ പടം കാണിച്ച് കാര്യങ്ങൾ പറഞ്ഞു കൊടുക്കുകയാണ്. അക്ഷരാഭ്യാസമില്ലാത്ത നീലി... നാടെത്ര മാറി! മൂപ്പർ വിചാരിച്ചു.

വായനശാലയുടെ ഭിത്തിയിൽ എഴുതിവച്ചിരിക്കുന്നു: "ഞങ്ങളുടെ നാട്ടിൽ രോഗങ്ങളില്ല, ജാതിഭേദങ്ങളില്ല, ഉച്ചനീചത്വമില്ല. ഞങ്ങൾ എല്ലാ വരും തുല്യർ..."

"ചിത്രപ്പെട്ടിയെവിടെ?" മൂപ്പർ ഉറക്കെ വിളിച്ചുചോദിച്ചു.

"ഈ നട്ടപ്പാതിരായ്ക്കാ ചിത്രപ്പെട്ടി!" അമ്മാളുവമ്മയുടെ ചോദ്യം കേട്ടാണ് പാച്ചുമൂപ്പർ സ്വപ്നത്തിൽനിന്നുണർന്നത്. താൻ കണ്ടത് സ്വപ്നമാണെന്നു വിശ്വസിക്കാൻ മൂപ്പർക്ക് കുറേനേരം വേണ്ടിവന്നു.

*   *   *

പാച്ചുമൂപ്പരുടെ സ്വപ്നം യാഥാർഥ്യമാവുമോ? നമ്മുടെ രാജ്യത്തെ മുഴുവൻ മനുഷ്യരും പൊട്ടിച്ചിരിക്കുന്ന, എല്ലാവരും അധ്വാനിക്കുകയും വിശ്രമിക്കുകയും ചെയ്യുന്ന കാലം വരുമോ?

വരും. അത്തരമൊരു ലോകം സൃഷ്ടിക്കുന്നതിന് ശാസ്ത്രത്തെ പ്രയോജനപ്പെടുത്താൻ നമുക്ക് കഴിയണം.

മനുഷ്യനോടൊപ്പം ആവിർഭവിച്ച ശാസ്ത്രത്തിന്റെ വളർച്ചയുടെയും വികാസത്തിന്റെയും അത്ഭുതകഥയിലൂടെ ഒരോട്ടപ്രദക്ഷിണം നടത്തി മടങ്ങിയെത്തിയിരിക്കയാണ് നമ്മൾ.

ശാസ്ത്രം ഉണ്ടായതെവിടെനിന്നാണ്? സാധാരണ മനുഷ്യരുടെ ജീവിതത്തിൽനിന്ന്. അവരുടെ അധ്വാനത്തിൽനിന്ന്. ചരിത്രം മുന്നോട്ടു കുതിച്ചപ്പോൾ ശാസ്ത്രത്തിന്റെ പ്രകൃതം മാറി. മനുഷ്യസമൂഹത്തിന്റെ പ്രകൃതം മാറി.

ഇന്ന് ശാസ്ത്രം നമ്മുടെ ഓരോരുത്തരുടെയും ജീവിതത്തിന്റെ ഭാഗ

മാണ്. വായുപോലെ. വെള്ളം പോലെ. പക്ഷേ നാമതറിയുന്നില്ല. അതുകൊണ്ട് ശാസ്ത്രം നമുക്കെതിരായി പ്രയോഗിക്കപ്പെടുന്നു. ശാസ്ത്രം മലിനീക രണത്തിനും ചൂഷണത്തിനും ലാഭക്കൊതിക്കും കൂട്ടുനിൽക്കുന്നു. അത് ശാസ്ത്രത്തിന്റെ തെറ്റാണോ? അല്ല. ശാസ്ത്രം കൈകാര്യം ചെയ്യുന്നവ രുടെ കുഴപ്പമാണ്. കത്തിയുടെ കാര്യം പറഞ്ഞതോർമയില്ലേ?

അതിനെന്തു വഴി? ശാസ്ത്രം പഠിക്കുവാൻ, പ്രശ്നങ്ങളെ ശാസ്ത്രീ യമായി വിലയിരുത്താൻ, മുഴുവൻ ജനങ്ങൾക്കും കഴിയണം. ശാസ്ത്രം നമ്മുടെ നിത്യജീവിതത്തിന്റെ ഭാഗമായി മാറണം. ശാസ്ത്രത്തിന്റെ തെറ്റായ പ്രയോഗങ്ങളെ ചെറുക്കാൻ മുഴുവൻ ജനങ്ങൾക്കും കഴിയണം.... കലപ്പയും തൂമ്പയും പോലെ ശാസ്ത്രം നമ്മുടെ ബഹുഭൂരിപക്ഷം വരുന്ന ജനങ്ങ ളുടെ കയ്യിലെ ആയുധമായി മാറുമ്പോൾ, 'എല്ലാം വിധിയാണെ'ന്ന വിശ്വാസം മാറും. എല്ലാത്തിനെയും ചോദ്യം ചെയ്യാനുള്ള കഴിവും ആത്മ വിശ്വാസവും നമുക്കെല്ലാം ഉണ്ടാകും. അപ്പോൾ നാം ചോദിച്ചുതുടങ്ങും? എന്തുകൊണ്ടാണ് പട്ടിണി? എന്തുകൊണ്ടാണ് ദാരിദ്ര്യം? എന്തുകൊണ്ട് അന്ധവിശ്വാസം? എന്തുകൊണ്ട് അഴിമതി?... എന്തുകൊണ്ട്...

ശാസ്ത്രമുപയോഗിച്ച് ഈ ചോദ്യത്തിനുള്ള ഉത്തരങ്ങൾ നാം കണ്ടെ ത്തിത്തുടങ്ങും. ശാസ്ത്രം ആയുധങ്ങൾ നിർമിക്കാനല്ല, ജീവിക്കുന്ന പര സഹസ്രം മനുഷ്യരുടെ രോഗം മാറ്റാനാണ് എന്ന് നാമറിയും. ശാസ്ത്രം മലിനീകരണത്തിനും ചൂഷണത്തിനുമല്ല, മനുഷ്യനന്മയ്ക്കാണെന്ന് നാമ റിയും... അതോടെ നേരത്തെ അമ്മാളുവമ്മ ചോദിച്ച ചോദ്യത്തിനുത്തരം കിട്ടും. പാച്ചുമൂപ്പർ 10 ഉറുപ്പികയ്ക്കുവേണ്ടി വിഷമിക്കുന്ന കാലം മാറും. കണാരനും നീലിയും കുഞ്ചുക്കണിയാരുടെ മന്ത്രവാദത്തിൽ വിശ്വസിക്കുന്ന കാലം മാറും... പുതിയൊരു ലോകം പിറക്കും.

അതെ. കാൾസാഗൻ പറഞ്ഞതുപോലെ, നാം മഹാഭാഗ്യവാന്മാരാണ്. പുരോഗതിയുടെയും സമൃദ്ധിയുടെയും അനന്തമായ സാധ്യതകൾ നമ്മുടെ മുന്നിൽ തിളങ്ങുന്നു. അവയിലേക്കു നയിക്കുന്ന ശാസ്ത്രത്തിന്റെ പാത പി ടിച്ചടക്കാൻ നമുക്കു കഴിയണം എന്നുമാത്രം.